റഷ്യൻ നാടോടിക്കഥകൾ

rashyan nadodikkadhakal

•

translation
sarath mannur

•

first edition
april 2012

•

typesetting
star communications, thiruvananthapuram

•

published
chintha publishers, thiruvananthapuram

•

cover
prasoon

•

illustration
anil janardanan

വിതരണം

ദേശാഭിമാനി ബുക്ക് ഹൗസ്

H O തിരുവനന്തപുരം–695 035
www.chinthapublishers.com
chinthapublishers@gmail.com

ബ്രാഞ്ചുകൾ

ഹെഡ്ഡാഫീസ് ബ്രാഞ്ച് കുന്നുകുഴി • ഓവർബ്രിഡ്ജ് തിരുവനന്തപുരം • കെ എസ് ആർ ടി സി ബസ് സ്റ്റേഷൻ ആലപ്പുഴ • കെ എസ് ആർ ടി സി ബസ് സ്റ്റേഷൻ എറണാകുളം • മച്ചിങ്ങൽ ലെയ്ൻ തൃശൂർ • ഐ ജി റോഡ് കോഴിക്കോട് • മാവൂർ റോഡ് കോഴിക്കോട് • എൻ ജി ഒ യൂണിയൻ ബിൽഡിങ് കണ്ണൂർ • സെൻട്രൽ ബസ് ടെർമിനൽ കോംപ്ലക്സ് താവക്കര കണ്ണൂർ

CO - 1727 / 2889

റഷ്യൻ നാടോടിക്കഥകൾ

പരിഭാഷ:

ശരത് മണ്ണൂർ

ചിന്ത പബ്ലിഷേഴ്സ്
തിരുവനന്തപുരം-695 035

ശരത് മണ്ണൂർ (സി കെ ശരത്കുമാർ)

കോഴിക്കോട് ജില്ലയിലെ മണ്ണൂർ സ്വദേശി. ആനുകാലിക ങ്ങളിൽ പരിഭാഷകളും ലേഖനങ്ങളും എഴുതുന്നു.

ബി എ ഇംഗ്ലീഷ്, ബി എ ഹിന്ദി, എം എ റഷ്യൻ, പ്രൊഫി ഷ്യൻസി സർട്ടിഫിക്കറ്റ് ഇൻ ജർമൻ എന്നീ ബിരുദങ്ങൾ നേടിയിട്ടുണ്ട്. ആന്റൺ ചെഖോവിന്റെ കഥകളെക്കുറിച്ചുള്ള പഠനത്തിന് കാലിക്കറ്റ് സർവകലാശാലയിൽനിന്നും പി എച്ച് ഡി.

ഇപ്പോൾ കാലിക്കറ്റ് സർവകലാശാലയിൽ സെലക്ഷൻ ഗ്രേഡ് അസിസ്റ്റന്റ്.

ഫ്രാങ്കൻസ്റ്റൈൻ (മേരിഷെല്ലി) ചെഖോവ് കഥകൾ (ആന്റൺ ചെഖോവ്) തുടങ്ങിയവയാണ് പരിഭാഷപ്പെടു ത്തിയ പ്രധാന പുസ്തകങ്ങൾ.

ഭാര്യ	:	ലതാറാണി
മകൻ	:	അർജുൻ
വിലാസം	:	ശരത് മണ്ണൂർ,
		മണ്ണൂർ പി ഒ
		കോഴിക്കോട് 673 328
ഫോൺ	:	9446665841
e-mail	:	sarathmannur@gmail.com

ഉള്ളടക്കം

1
മഞ്ഞിന്റെ വില

പണ്ടു റഷ്യയിൽ ആന്ദ്രേയ് എന്നൊരു രാജാവുണ്ടായിരുന്നു. വലിയ ബുദ്ധിമാനാണ് എന്നാണദ്ദേഹത്തിന്റെ ഭാവം. ആന്ദ്രേയ് രാജാവിന്റെ ഏറ്റവും പ്രിയപ്പെട്ട വിനോദം എന്തായിരുന്നെന്നോ? തരം കിട്ടുമ്പോ ഴൊക്കെ തന്റെ പ്രജകളെ വിഡ്ഢികളാക്കുക! എന്നിട്ട് വലിയ ഗമയിൽ പൊട്ടിച്ചിരിക്കുകയും ചെയ്യും.

അങ്ങനെയിരിക്കെ കടുത്ത മഞ്ഞുകാലം വന്നു. മഞ്ഞുമൂടി കൃഷി യൊക്കെ നശിച്ചു. നാട്ടിലാകെ ക്ഷാമം പടർന്നുപിടിക്കുകയും ചെയ്തു.

ഒരുദിവസം വാസിലി എന്ന ദരിദ്രനായ ഒരു അപ്പൂപ്പൻ രാജാവിനെ മുഖം കാണിക്കാനെത്തി. രാജാവിനെ താണു വണങ്ങി വാസിലിയപ്പൂ പ്പൻ ഉണർത്തിച്ചു: "പ്രഭോ; അടിയൻ ദാരിദ്ര്യംകൊണ്ട് പൊറുതിമുട്ടുക യാണ്. വല്ലതും തന്ന് സഹായിക്കണേ..."

ഇതെല്ലാം കേട്ടാലുണ്ടോ ആന്ദ്രേയ് രാജാവിന്റെ മനസ്സലിയുന്നു. രാജാവ് ആലോചിച്ചത് ഇങ്ങനെയാണ്. "ഹ, ഹ.. നല്ലൊരു തമാശയ്ക്ക് വഴിയുണ്ട്. ഇയാളെ ഒന്ന് പറ്റിക്കാം."

രാജാവ് ഒരു കത്തെഴുതി അതിൽ രാജമുദ്രയും പതിച്ചു. എന്നിട്ട് അത് വാസിലിക്ക് നൽകിയിട്ട് പറഞ്ഞു: "ഇനി നിങ്ങൾ ഒരിക്കലും കഷ്ട പ്പെടേണ്ടി വരില്ല. ഈ കത്ത് നമ്മുടെ ഖജനാവു സൂക്ഷിപ്പുകാരനെ ഏൽപ്പിച്ചാൽ മതി, കേട്ടോ."

വാസിലിയപ്പൂപ്പൻ സന്തോഷത്തോടെ രാജാവിനെ വണങ്ങി, കത്തു മായി യാത്രയായി. കുറച്ചു നടന്നപ്പോൾ അപ്പൂപ്പന് ആകാംക്ഷയായി. രാജാവ് എന്തായിരിക്കും തനിക്കു നൽകാൻ പോകുന്നത്? ആകാംക്ഷ അടക്കാനാവാതെ അപ്പൂപ്പൻ കത്ത് തുറന്നു വായിച്ചു നോക്കി. അതിൽ ഇങ്ങനെ എഴുതിയിരുന്നു. "മഹാരാജാവായ നാം ഖജനാവു സൂക്ഷിപ്പു

കാരനോട് കൽപ്പിക്കുന്നതെന്തെന്നാൽ, ഈ കത്തുമായി വരുന്ന വൃദ്ധന് നമ്മുടെ സമ്മാനമായി മുപ്പത് ചാക്ക് മഞ്ഞുകട്ട നൽകണം. ഈ ആജ്ഞ ലംഘിച്ചാൽ നിനക്ക് മരണശിക്ഷ നൽകുന്നതാണ്..."

"ഓഹോ, അപ്പോൾ അതാണു കാര്യം." വാസിലിയപ്പൂപ്പൻ നിരാശ യോടെ സ്വയം പറഞ്ഞു: "എന്നെ വിഡ്ഢിയാക്കാനാണ് രാജാവിന്റെ ഉദ്ദേശ്യം. നാടെങ്ങും മഞ്ഞുമൂടി കിടക്കുമ്പോൾ മുപ്പതുചാക്ക് മഞ്ഞ് സമ്മാനമോ? ഇതെന്നെ കളിയാക്കാനുള്ള സൂത്രം തന്നെ. ഇതങ്ങനെ വിട്ടാൽ പറ്റില്ല..."

അൽപ്പനേരം ആലോചിച്ചതിനുശേഷം വാസിലിയപ്പൂപ്പൻ ഒരു വഴി കണ്ടെത്തി. മൂപ്പർ ഖജനാവു സൂക്ഷിപ്പുകാരന്റെ അടുത്തു പോകാതെ നേരെ വീട്ടിലേക്കു നടന്നു. എന്നിട്ട് രാജാവിന്റെ കത്ത് അവിടെ ഭദ്രമായി സൂക്ഷിച്ചുവെച്ചു.

ദിവസങ്ങൾ കടന്നുപോയി. മഞ്ഞുകാലം കഴിഞ്ഞ് വസന്തകാലം വന്നെത്തി. അതുകഴിഞ്ഞ് കടുത്ത വേനൽക്കാലവും വന്നു. അതാണ് വാസിലിയപ്പൂപ്പൻ കാത്തിരുന്ന അവസരം. അപ്പൂപ്പൻ സൂക്ഷിച്ചുവച്ചിരുന്ന കത്ത് പുറത്തെടുത്തു. എന്നിട്ട് അതുമായി ഖജനാവു സൂക്ഷിപ്പുകാരന്റെ അടുത്തെത്തി.

കത്തുവായിച്ച ഖജനാവു സൂക്ഷിപ്പുകാരൻ ഞെട്ടിപ്പോയി. ഈ കിഴ വന് മുപ്പതുചാക്ക് മഞ്ഞ് നൽകണമെന്നോ? ഈ കൊടുംവേനലിൽ മുപ്പ തുചാക്കു പോയിട്ട് മൂന്നു കഷണം മഞ്ഞുപോലും എവിടന്നു കിട്ടാനാണ്! കൽപ്പന അനുസരിച്ചില്ലെങ്കിൽ മരണശിക്ഷ നൽകുമെന്നല്ലേ രാജാവ് എഴുതിയിരിക്കുന്നത്. പേടിച്ചുവിറച്ചു കൊണ്ട് ഖജനാവു സൂക്ഷിപ്പുകാ രൻ അപേക്ഷിച്ചു.

"അപ്പൂപ്പാ രക്ഷിക്കണം; ഞാനെന്തു വേണമെങ്കിലും തരാം. മഞ്ഞു കട്ട മാത്രം ആവശ്യപ്പെടരുത്."

അതു കേട്ട് വാസിലിയപ്പൂപ്പൻ ചിരിയടക്കിക്കൊണ്ടു പറഞ്ഞു: "ഹും, അതെങ്ങനെ പറ്റും? രാജാവിന്റെ കൽപ്പന അനുസരിച്ചില്ലെങ്കിൽ ഞാൻ ചെന്ന് പരാതി പറയും...."

"അയ്യോ; അങ്ങനെ പറയരുതേ... മഞ്ഞുകട്ടയ്ക്കു പകരം ഞാൻ അങ്ങേയ്ക്ക് ആയിരം സ്വർണനാണയങ്ങൾ തരാം. കൽപ്പന അനുസരി ച്ചെന്നേ രാജാവിനോട് പറയാവൂ...."

ഖജനാവു സൂക്ഷിപ്പുകാരൻ താണുകേണു പറഞ്ഞു. ഒടുവിൽ വലിയ മടിയൊക്കെ അഭിനയിച്ച് വാസിലിയപ്പൂപ്പൻ സമ്മതിച്ചു. ആയിരം സ്വർണ നാണയങ്ങളും തരപ്പെടുത്തി അപ്പൂപ്പൻ സന്തോഷത്തോടെ വീട്ടി ലേക്കു മടങ്ങി.

പിറ്റേന്ന് അപ്പൂപ്പൻ കൊട്ടാരത്തിലെത്തി രാജാവിനെ മുഖം കാണി ച്ചു. എന്നിട്ടു പറഞ്ഞു: "പ്രഭോ, അവിടുത്തെ ദയയ്ക്ക് നന്ദി. അടിയന്റെ ദാരിദ്ര്യമെല്ലാം മാറി."

ആന്ദ്രേയ് രാജാവിന് പണ്ട് കിഴവനെ പറ്റിക്കാൻ ചെയ്ത സൂത്രം

ഓർമവന്നു. പക്ഷേ, അതുകൊണ്ട് ഇയാളുടെ കഷ്ടപ്പാടൊക്കെ മാറി യെന്നോ? രാജാവ് അത്ഭുതപ്പെട്ടു.

"ഉ്ഹ, നിങ്ങൾ എന്താണീപ്പറയുന്നത്?" വാസിലിയപ്പൂപ്പൻ അപ്പോൾ ഒരു പുഞ്ചിരിയോടെ പറഞ്ഞു:

"അടിയന് മുപ്പതുചാക്ക് മഞ്ഞു നൽകാനാണല്ലോ അങ്ങ് കൽപ്പി ച്ചിരുന്നത്. ആ സമയം അടിയന്റെ കയ്യിൽ ധാരാളം മഞ്ഞുണ്ടായിരുന്നു. അതുകൊണ്ട് സമ്മാനം അപ്പോൾ സ്വീകരിക്കേണ്ടെന്നുവച്ചു. ഇന്നലെ യാണ് അതു വാങ്ങാൻ ഖജനാവു സൂക്ഷിപ്പുകാരന്റെ അടുത്തു ചെന്നത്. അപ്പോഴല്ലേ അദ്ദേഹം മഞ്ഞുകട്ടകളൊന്നും സൂക്ഷിച്ചിട്ടില്ലെന്ന് അറി ഞ്ഞത്. പകരം അദ്ദേഹമെനിക്ക് ആയിരം സ്വർണ നാണയം തന്നു..."

അതുകേട്ടപ്പോൾ ആന്ദ്രേയ് രാജാവ് സ്വയമറിയാതെ പൊട്ടിച്ചിരിച്ചു. ഈ വൃദ്ധൻ ആളൊരു കേമൻ തന്നെ. എല്ലാവരേയും പറ്റിക്കാൻ വിരുതനായ തന്നെപ്പോലും വിഡ്ഢിയാക്കിയില്ലേ... കൈ നിറയെ സമ്മാനവുമായാണ് വാസിലിയപ്പുപ്പനെ അദ്ദേഹം തിരിച്ചയച്ചത്.

അതിനുശേഷം ആന്ദ്രേയ് രാജാവ് ആരേയും വിഡ്ഢിയാക്കാൻ ശ്രമിച്ചിട്ടില്ല.

2
വഴക്ക് മൂത്തപ്പോൾ

വളരെ പണ്ട് ഒരിടത്ത് രണ്ട് ചങ്ങാതിമാരുണ്ടായിരുന്നു. ഒരു കുരു വിയും ഒരു ചുണ്ടെലിയും. അവർ ഒരു വീട്ടിലാണ് താമസിച്ചിരുന്നത്. എന്തുകാര്യവും അവർ പരസ്പരം ആലോചിച്ചതിനുശേഷമേ ചെയ്യൂ. ജോലി ചെയ്തിരുന്നതുപോലും ഒരുമിച്ചുതന്നെ.

ഒരുദിവസം അവർ നടക്കാനിറങ്ങി. കുറെ നടന്നപ്പോൾ വഴിയിൽ മൂന്ന് ചോളവിത്തുകൾ കിടക്കുന്നത് അവർ കണ്ടു. കുരുവിയും ചുണ്ടെലിയും കുറച്ചുനേരം ആലോചിച്ചു. ചോളവിത്ത് എന്തുചെയ്യണം? അവസാനം അവ കൃഷിസ്ഥലത്ത് വിതയ്ക്കുവാൻ അവർ തീരുമാനിച്ചു. ചുണ്ടെലി വയലിലെ കട്ടകളെല്ലാം ഉടച്ചു. കുരുവി നിലം നിരപ്പാക്കി. എന്നിട്ട് അവർ ആ വിത്തുകൾ അവിടെ വിതച്ചു.

ദിവസങ്ങൾ കഴിഞ്ഞപ്പോൾ വിത്തുമുളച്ചു. ചെടികൾ വളർന്നുവന്നു. ചുണ്ടെലിയുടേയും കുരുവിയുടെയും പരിചരണത്തിന്റെ ഫലമായി അവ യിൽ ധാന്യക്കതിരുകൾ നിറഞ്ഞു. വിളവെടുപ്പിന്റെ സമയമായയപ്പോൾ രണ്ടുപേരും ചേർന്ന് ചോളമണികളെല്ലാം കൊയ്തെടുത്തു. നല്ലൊരു കൊയ്ത്തായിരുന്നു അത്. കുറേ കാലത്തേക്ക് സുഭിക്ഷമായി കഴിയാ നുള്ള ചോളം അവർക്കു കിട്ടി. രണ്ടുപേർക്കും വലിയ സന്തോഷമായി.

വീട്ടിൽ വെച്ച് അവർ ചോളമണികൾ പങ്കുവയ്ക്കാൻ തുടങ്ങി. ഒന്ന് കുരുവിക്ക് ഒന്ന് ചുണ്ടെലിക്ക്-ഇങ്ങനെയാണവർ പങ്കുവെച്ചത്. അവ സാനം ഒരു ചോളമണി അവശേഷിച്ചു. അതെന്തുചെയ്യും? ആർക്കു നൽകും? അപ്പോൾ ചുണ്ടെലി പറഞ്ഞു.

"ഏതായാലും ആ ചോളമണികൾ എനിക്കിരിക്കട്ടെ. വയലിൽ കട്ട കളുടയ്ക്കുമ്പോൾ എന്റെ മൂക്കും നഖങ്ങളും മുറിഞ്ഞിരുന്നു." പക്ഷേ കുരുവിയുണ്ടോ സമ്മതിക്കുന്നു.

"ഹയ്യടാ... അതെനിക്കു വേണം, നിലം നിരത്തുമ്പോൾ എന്റെ ചിറ കുകളും മുറിഞ്ഞിരുന്നു."

എത്ര വേഗമാണ് അവർ വഴക്കു തുടങ്ങിയത്! അതും ഒരു ധാന്യമ ണിയെച്ചൊല്ലി. തങ്ങൾ കൂട്ടുകാരാണെന്നും ഇതുവരെയും തങ്ങൾ ഒരു കാര്യത്തിനും വഴക്കടിച്ചിട്ടില്ലെന്നുമുള്ള സത്യം അവർ മറന്നു. രണ്ടു പേർക്കും വാശിയായിരുന്നു. അതുകൊണ്ടു തന്നെ തോൽക്കാൻ ആരും തയാറായില്ല. അങ്ങനെ ആ വഴക്ക് മൂത്തു.

ഒടുവിൽ എന്തുപറ്റിയെന്നോ? മിച്ചമുണ്ടായിരുന്ന ആ ചോളമണി കൊത്തിയെടുത്ത് കുരുവി പുറത്തേക്കു പറന്നുപോയി.

അതുകണ്ട് ചുണ്ടെലി അമ്പരന്നു. അവൻ വിഷണ്ണനായി. വഴക്കു കൂടേണ്ടിയിരുന്നില്ലെന്ന് അപ്പോൾ അവനു തോന്നി. അവൻ വല്ലാതെ ദുഃഖിച്ചു. ചോളത്തിൽ തന്റെ പങ്ക് മാത്രമെടുത്ത്, കുരുവിയുടെത് മാറ്റി വെച്ച് അവൻ കാത്തിരുന്നു. പക്ഷേ കുരുവി വന്നില്ല. തിരിച്ചുവന്നാൽ താനെടുത്ത ചോളമണി ചുണ്ടെലിക്ക് കൊടുക്കേണ്ടി വരുമോ എന്ന പേടി യായിരുന്നു ആ വിഡ്ഢിക്ക്.

കുറേക്കാലം ചുണ്ടെലി കുരുവിയെ കാത്തിരുന്നു. അവസാനം അവന് മടുത്തു. കുരുവി ഇനിയൊരിക്കലും തിരിച്ചുവരില്ലെന്ന് അവനു ബോധ്യമായി. കുരുവിക്കു വേണ്ടി മാറ്റിവെച്ചിരുന്ന ചോളമണികൾ കൂടി യെടുത്ത് ചുണ്ടെലി സുഖമായി ജീവിക്കാൻ തുടങ്ങി. ശൈത്യകാലമാ യപ്പോഴും മൂപ്പർക്ക് കുശാലായിരുന്നു.

കുരുവിയോ ഭക്ഷണമൊന്നും ലഭിക്കാതെ വിശന്നു പൊരിഞ്ഞ് അലഞ്ഞു തിരിയാനും തുടങ്ങി.

3

ഭാഗ്യം വന്ന വഴി

ഒരിടത്ത് ഒരു അപ്പൂപ്പനും അമ്മൂമ്മയും ഉണ്ടായിരുന്നു. അമ്മൂമ്മയ്ക്ക് മൂക്കിന്റെ തുമ്പത്താണ് ശുണ്ഠി. അപ്പൂപ്പൻ എന്തു പറഞ്ഞാലും തറുത ലയേ പറയൂ. ചെയ്യരുതെന്നു പറയുന്നതേ ചെയ്യൂ!

ഒരിക്കൽ രണ്ടുപേരും കൂടി ഒരു യാത്ര പോവുകയായിരുന്നു. കാട്ടു വഴിയിലൂടെയാണ് യാത്ര. പാതയുടെ ഒരുവശത്ത് വലിയ ഒരു കിടങ്ങു ണ്ടായിരുന്നു. അതുകണ്ട അപ്പൂപ്പൻ അമ്മൂമ്മയോട് പറഞ്ഞു: "ഇടതു വശത്തുടെ നടന്നോ. വലതുവശത്ത് വലിയ കൊക്കയാണ്..."

പക്ഷേ അമ്മൂമ്മയുണ്ടോ അനുസരിക്കുന്നു. "ഹും; ഞാൻ വലത്തു വശത്തു കൂടിയേ നടക്കൂ..." അവർ വലതുവശത്തുകൂടിത്തന്നെ നടക്കാൻ തുടങ്ങി. അൽപ്പം നടന്നതേയുള്ളൂ. അപ്പോഴേക്കും കാലുതെറ്റി അമ്മൂമ്മ 'പൊത്തോം' എന്ന് കൊക്കയിലേക്ക് വീണു.

അപ്പൂപ്പൻ ദുഃഖിതനായി അവിടെ ഏറെ നേരം നിന്നു. പിന്നെ വീട്ടി ലേക്കു തിരിച്ചു പോയി.

അന്ന് അർധരാത്രി അപ്പൂപ്പന്റെ വീടിന്റെ വാതിലിൽ ആരോ മുട്ടി.

അപ്പൂപ്പൻ ഞെട്ടിപ്പിടഞ്ഞെഴുന്നേറ്റ് വാതിൽ തുറന്നപ്പോൾ കണ്ടകാ ഴ്ച.

രണ്ടുകൊമ്പുകളും കൂർത്തവാലുമുള്ള ഒരു ചെകുത്താൻ! ചെകു ത്താൻ അപ്പൂപ്പനോട് ചോദിച്ചു:

"നിങ്ങളുടെ ഭാര്യയല്ലേ കൊക്കയിൽ വീണത്?" അപ്പൂപ്പൻ ഉള്ളിലെ ഭയം മറച്ചുപിടിച്ചുകൊണ്ട് പറഞ്ഞു.

"അതെ... എന്താ കാര്യം?"

"അവർ വന്നു വീണത് ഞങ്ങളുടെ നാട്ടിലാണ്. അതിൽപ്പിന്നെ ഞങ്ങൾ ആകെ കഷ്ടത്തിലായിരിക്കുകയാണ്. അവർ ഞങ്ങൾക്ക് ഒരു

സ്വൈരവും നൽകുന്നില്ല. അതുകൊണ്ട് അവരെ വേഗം തിരിച്ചെടുക്ക
ണം.''

ഭാര്യ ജീവിച്ചിരിപ്പുണ്ടെന്നറിഞ്ഞപ്പോൾ അപ്പൂപ്പന് വലിയ സന്തോ
ഷമായി. എന്നാൽ അത് പ്രകടിപ്പിക്കാതെ അയാൾ പറഞ്ഞു: ''വേണ്ട
വേണ്ട; എനിക്കിനി അവളെ വേണ്ട. കഴിഞ്ഞ കുറേവർഷങ്ങളായി ഞാൻ
അവളെ സഹിക്കുകയാണ്. ഇനി നിങ്ങൾ കുറച്ചു സഹിക്ക്. ഞാൻ കുറ
ച്ചുകാലം സ്വസ്ഥമായി കഴിയട്ടെ.''

അതുകേട്ടപ്പോൾ ചെകുത്താൻ അപേക്ഷാസ്വരത്തിൽ പറഞ്ഞു:

''അങ്ങനെ പറയരുതേ. അവരെ തിരിച്ചെടുക്കാൻ ദയവുണ്ടാകണം.
ഞങ്ങൾ നിങ്ങൾക്ക് ഒരു ചാക്ക് സ്വർണം തരാം.''

''നീയെന്നെ പറ്റിക്കുമോ?'' അപ്പൂപ്പൻ തിരിക്കി.

''ഒരിക്കലുമില്ല.'' ചെകുത്താൻ ഉറപ്പു നൽകി എന്നിട്ട് അപ്രത്യക്ഷ
നായി.

പിറ്റേന്നു രാവിലെ ഉറക്കമുണർന്ന അപ്പൂപ്പൻ കണ്ടത് ഒരു കള്ളച്ചി
രിയുമായി വാതിൽക്കൽ നിൽക്കുന്ന അമ്മൂമ്മയെയാണ്. അടുത്തു തന്നെ
അതാ ഒരു ചാക്ക് സ്വർണവും!

പാവം ചെകുത്താൻ വാക്കുപാലിച്ചിരിക്കുന്നു. ഭാഗ്യംവന്ന വഴി
യോർത്ത് അപ്പൂപ്പനും അമ്മൂമ്മയും സന്തോഷിച്ചു.

അമ്മൂമ്മ തറുതല പറയുന്നതും വഴക്കടിക്കുന്നതും അന്നത്തെക്കൊ
ണ്ടു നിർത്തി. രണ്ടുപേരും ഏറെക്കാലം സന്തോഷത്തോടെ ജീവിച്ചു.

4
നന്ദികേടിന്റെ ഫലം

ഒരിടത്തൊരു മുക്കുവനുണ്ടായിരുന്നു. ദിവസവും അയാൾ മീൻ പിടി
ക്കാൻ പോകും. രാവിലെ മുതൽ വൈകുന്നേരം വരെ അയാൾ നദിക്കര
യിലിരുന്ന് ചൂണ്ടയിടും. കിട്ടുന്ന മീനുകൾ ചന്തയിൽ കൊണ്ടുപോയി
വിൽക്കും.

ഒരിക്കൽ പതിവുപോലെ മുക്കുവൻ മീൻ പിടിക്കുകയായിരുന്നു.
അപ്പോൾ അവിടേക്ക് ഒരു ആനറാഞ്ചിപ്പക്ഷി പറന്നുവന്നു. മുക്കുവനെ
നോക്കിക്കൊണ്ട് അത് ഒരു മരക്കൊമ്പിലിരുന്നു. അന്നത്തെ ദിവസം മോശ
മായിരുന്നു. വൈകുന്നേരം വരെ ചൂണ്ടയിട്ടിട്ട് മുക്കുവന് കിട്ടിയത് ആകെ
ഒരു മീൻ മാത്രം. അപ്പോൾ ആ പക്ഷി ചോദിച്ചു:

"ഈ ഒരു മീൻകൊണ്ട് നിങ്ങളെന്ത് ചെയ്യും?"

ഞാനിത് ചന്തയിൽ കൊണ്ടുപോയി വിൽക്കും. റൊട്ടി വാങ്ങാൻ
വേറെ പണമില്ല. എന്റെ കുടുംബം പട്ടിണിയായിപ്പോകും." മുക്കുവൻ
പറഞ്ഞതുകേട്ടപ്പോൾ പക്ഷിക്ക് സങ്കടം തോന്നി. അതു പറഞ്ഞു.

"നിങ്ങൾ വിഷമിക്കേണ്ട. എല്ലാ ദിവസവും ഒരു മുഴുത്ത മീൻ ഞാൻ
നിങ്ങളുടെ വീട്ടിലെത്തിക്കാം. അത് ചന്തയിൽകൊണ്ടുപോയി വിറ്റാൽ
നിങ്ങൾക്ക് കൈനിറയെ പണം കിട്ടും. പക്ഷേ ഒരു കാര്യം. എന്നെപ്പറ്റി
ആരോടും മിണ്ടിപ്പോകരുത്."

മുക്കുവൻ സന്തോഷത്തോടെ തലയാട്ടി.

അതിനെത്തുടർന്ന് ആനറാഞ്ചിപ്പക്ഷി ദിവസവും മുക്കുവന്റെ വീട്ടിൽ
വലിയ മീനുകൾ കൊണ്ടുവന്നിട്ടു. മുക്കുവൻ അവ ചന്തയിൽ നല്ല
വിലയ്ക്ക് വിൽക്കാനും തുടങ്ങി. കുറച്ചുകാലം കഴിഞ്ഞതോടെ അയാൾ
വലിയ പണക്കാരനായിത്തീർന്നു.

ഒരുദിവസം പതിവുപോലെ മുക്കുവൻ ചന്തയിൽ മീൻ വിൽക്കുക

യായിരുന്നു. അപ്പോഴാണ് കുറേ ഭടന്മാർ രാജാവിന്റെ അറിയിപ്പുമായി അവിടെയെത്തിയത്.

"ആനറാഞ്ചിപ്പക്ഷിയെ കണ്ടെത്തി പിടികൂടാൻ സഹായിക്കുന്ന വർക്ക് രാജാവ് തന്റെ രാജ്യത്തിന്റെ പകുതി സമ്മാനിക്കുന്നതും തന്റെ മകളെ വിവാഹം കഴിപ്പിച്ചു കൊടുക്കുന്നതുമായിരിക്കും."

മുക്കുവൻ അതുകേട്ട് പരിസരം മറന്ന് തുള്ളിച്ചാടി. പക്ഷേ പക്ഷി യുടെ മുന്നറിയിപ്പിനെക്കുറിച്ചോർത്തപ്പോൾ അയാൾ നിശ്ശബ്ദനായി അവി ടെയിരുന്നു. എന്നാൽ മുക്കുവന് ആനറാഞ്ചിപ്പക്ഷിയെക്കുറിച്ചുള്ള കാര്യ ങ്ങളറിയാമെന്ന് മനസിലാക്കിയ രാജഭടന്മാർ അയാളെ പിടിച്ച് രാജസ ന്നിധിയിൽ ഹാജരാക്കി.

"നിങ്ങൾ ആനറാഞ്ചിപ്പക്ഷിയെ കണ്ടിട്ടുണ്ടോ?" രാജാവ് ചോദിച്ചു.

"പ്രഭോ അത്..."

"എനിക്കതിനെ വേണം. നിങ്ങൾ കണ്ടില്ലേ; ഞാനിന്ന് വൃദ്ധനാണ്. ആനറാഞ്ചിപ്പക്ഷിയുടെ രക്തത്തിൽ കുളിച്ചാൽ യൗവനം തിരിച്ചുകിട്ടു മെന്ന് എന്റെ വൈദ്യൻ പറഞ്ഞിട്ടുണ്ട്. നിങ്ങളെനിക്ക് ആ പക്ഷിയെ പിടി ച്ചുതരണം. എന്നാൽ ഈ രാജ്യത്തിന്റെ പകുതിയും എന്റെ മകളും നിങ്ങൾക്ക് സ്വന്തം. എന്താ തയാറാണോ?"

രാജാവിന്റെ വാക്കുകൾ കേട്ടപ്പോൾ ആ മുക്കുവന് അത്യാഗ്രഹം അടക്കാനായില്ല. അയാൾ പറഞ്ഞു:

"ഞാൻ തയാറാണ് പ്രഭോ... പക്ഷേ ആനറാഞ്ചിപ്പക്ഷിയെ പിടി ക്കുക എളുപ്പമല്ല. വളരെവലിയ ഒരു പക്ഷിയാണത്."

"ഞാൻ നാനൂറ് ഭടന്മാരെ നിങ്ങളോടൊപ്പം അയയ്ക്കാം. ആ പക്ഷിയെ നിങ്ങൾ അവർക്ക് കാണിച്ചുകൊടുത്താൽ മാത്രം മതി. ബാക്കി യെല്ലാം അവർ ചെയ്തുകൊള്ളും. മുക്കുവൻ നാനൂറ് ഭടന്മാരേയും കൂട്ടി തന്റെ വീട്ടിലേക്കു പോയി. അവരെയെല്ലാം അയാളവിടെ പല സ്ഥല ത്തായി ഒളിപ്പിച്ചു നിർത്തി. എന്നിട്ടയാൾ വലിയ ഒരു പാത്രത്തിൽ ഭക്ഷ ണമെടുത്ത് വാതിലിനു മുന്നിൽ വെച്ച് കാത്തിരുന്നു. കുറേ കഴിഞ്ഞ പ്പോൾ വലിയ ഒരു മീനുമായി ആനറാഞ്ചിപക്ഷി വന്നു.

"വാ... വാ... ഞാൻ നിനക്ക് നല്ല ഭക്ഷണമുണ്ടാക്കിവച്ചിട്ടുണ്ട്. അത് വന്നു തിന്നോ." മുക്കുവൻ പറഞ്ഞു.

പക്ഷി അതുകേട്ട് വാതിലിനരികിലെത്തി. അപ്പോൾ വീടിനുള്ളിൽ ഒളിച്ചിരുന്ന ഭടന്മാർ അതിനെ പിടിക്കാനായി പാഞ്ഞെത്തി. പക്ഷേ അപ്പോ ഴേക്കും ആ പക്ഷി തന്റെ വലിയ ചിറകുകൾ കുടഞ്ഞുകൊണ്ട് പറന്നു യർന്നു. മുക്കുവൻ അപ്പോൾ എന്തുചെയ്തെന്നോ? അയാൾ അതിന്റെ കാലുകളിൽ ചാടിപ്പിടിച്ചു. എന്നിട്ട് സർവശക്തിയുമെടുത്ത് അതിനെ താഴോട്ടുവലിച്ചു. പക്ഷേ, എന്തുഫലം! ഭീമാകാരനായ ആ പക്ഷി നിഷ്പ്ര യാസം മുക്കുവനേയും തൂക്കിയെടുത്ത് പറന്നുയർന്നു. വളരെ ഉയരത്തിൽ ഏറെദൂരം പറന്നതിനു ശേഷം അത് കാലുകൾ ശക്തിയായി കുടഞ്ഞു. അതോടെ മുക്കുവൻ പിടിവിട്ട് താഴേക്ക് വീണു.

നന്ദികെട്ട ആ മനുഷ്യന്റെ കഥ അതോടെ കഴിഞ്ഞു.

5
ലോകാവസാനം

ഗ്രാമത്തിലെ കൃഷിക്കാരനായിരുന്നു ഇവാൻ. അയാൾക്ക് തടിച്ചു കൊഴുത്ത ഒരാടുണ്ടായിരുന്നു.

ഒരിക്കൽ കുറേ സഞ്ചാരികൾ ഇവാന്റെ വീട്ടിലെത്തി. ഇവാന്റെ ആടിനെ കണ്ടപ്പോൾ അവർക്ക് ഒരു മോഹം. എങ്ങനെയെങ്കിലും അതിന്റെ ഇറച്ചി തിന്നണം. അവസാനം ഇവാനെ ഒന്നു പറ്റിക്കാൻ തന്നെ അവർ തീരുമാനിച്ചു.

"ഏയ് വല്യപ്പാ; നാളെ രാവിലെ ലോകം അവസാനിക്കുമെന്നറി യില്ലേ?"

"അയ്യോ, ലോകം അവസാനിക്കുകയാണെന്നോ?" ഇവാൻ പേടി യോടെ ചോദിച്ചു.

"അതെ.. അതുകൊണ്ട് ഇനിയും ഈ ആടിനെ എന്തിനാ വച്ചുകൊ ണ്ടിരിക്കുന്നത്. നമുക്കിതിനെ കൊന്ന് കറിവയ്ക്കാം."

ഇവാൻ സമ്മതിച്ചു. അങ്ങനെ എല്ലാവരും കൂടി ആടിനെ കൊന്ന് ഇറച്ചിയെടുത്തു. ഇവാൻ ഭക്ഷണം തയാറാക്കാനുള്ള ഏർപ്പാടുകൾ ചെയ്തു. സഞ്ചാരികൾ കുളിക്കാൻ പോയി.

അടുപ്പു കത്തിക്കാൻ നേരത്താണ് വിറകെല്ലാം തീർന്നിരിക്കുന്ന കാര്യം ഇവാൻ അറിഞ്ഞത്. കൂടുതലൊന്നും ആലോചിക്കാൻ നിൽക്കാതെ അയാൾ സഞ്ചാരികളുടെ തുണിയും മറ്റു സാധനങ്ങളുമെല്ലാം എടുത്തു കത്തിച്ചു അങ്ങനെ ഭക്ഷണം തയാറാക്കി.

കുളി കഴിഞ്ഞെത്തിയ സഞ്ചാരികൾ തങ്ങളുടെ തുണിയും മറ്റും കാണാതെ അമ്പരന്നു.

"ഏയ് വല്യപ്പാ.. ഞങ്ങളുടെ തുണിയും സാധനങ്ങളുമെവിടെ?"

"അതെല്ലാം കത്തിച്ചിട്ടല്ലേ ഭക്ഷണം തയാറാക്കിയത്..."

ഇവാന്റെ മറുപടി കേട്ടപ്പോൾ സഞ്ചാരികൾക്ക് ദേഷ്യം പിടിച്ചു. അവർ അയാളെ ശകാരിക്കാൻ തുടങ്ങി. അപ്പോൾ ഇവാൻ ശാന്തനായി ചോദിച്ചു

“നിങ്ങളെന്തിനാണ് ചൂടാവുന്നത്? ഇനി നിങ്ങൾക്കെന്തിനാ തുണിയും സാധനങ്ങളും? നാളെ ലോകം അവസാനിക്കുകയയല്ലേ...”

സഞ്ചാരികൾക്ക് പിന്നീടൊന്നും പറയാനുണ്ടായിരുന്നില്ല.

6

കുറുക്കനെ പറ്റിച്ചു

വലിയ സാമർഥ്യക്കാരനായിരുന്നു കുറുക്കൻ. ഒരിക്കൽ അവൻ കാട്ടിലൂടെ തീറ്റയന്വേഷിച്ചു നടക്കുകയായിരുന്നു. അപ്പോഴാണ് ഒരു മരക്കൊമ്പിലിരിക്കുന്ന കാട്ടുകോഴിയെ അവൻ കണ്ടത്. "ഹായ്... ഹായ്... എന്തൊരു മുഴുത്ത കാട്ടുകോഴി. ഇതിനെ കിട്ടിയാൽ കുറച്ചുദിവസത്തേക്ക് കുശാലായി. പക്ഷേ, മരത്തിൽനിന്നും അവളെ താഴെയിറക്കുന്നതെങ്ങനെ?"

കുറുക്കൻ തലപുകഞ്ഞ് ആലോചിച്ചു. പെട്ടെന്ന് അവനൊരു ബുദ്ധി തോന്നി. അവൻ മരത്തിനരികിലേക്കു ചെന്നു കോഴിയോടു പറഞ്ഞു:

"ഏയ് കോഴിപ്പെണ്ണേ, ഇന്നലെ നിന്റെ പാട്ട് ഞാൻ കേട്ടിരുന്നു കേട്ടോ. എന്തൊരു നല്ല പാട്ടായിരുന്നു അത്.."

"അതേയോ ചേട്ടാ; എനിക്ക് സന്തോഷമായി..."

"നീയെന്താ പറഞ്ഞത്? എനിക്ക് ശരിക്കും കേൾക്കാൻ മേലാ... എന്തായാലും താഴേക്കിറങ്ങിവന്ന് പറ. അല്ലാതെ ഒന്നും കേൾക്കാൻ വയ്യ."

കുറുക്കൻ സ്നേഹം അഭിനയിച്ച് കോഴിയെ ക്ഷണിച്ചു.

"അയ്യോ, ചേട്ടാ.. താഴെയിറങ്ങാൻ എനിക്കു പേടിയാ... ചേട്ടനെങ്ങാനും എന്നെ പിടിച്ചു തിന്നാലോ..."

"എന്തിനാ പേടിക്കുന്നത്? നീയപ്പോൾ വിവരമൊന്നു അറിഞ്ഞില്ലേ പെണ്ണേ?" കുറുക്കൻ അപ്പോൾ മറ്റൊരു അടവെടുത്തു.

"എന്തു വിവരം? ഞാനൊന്നുമറിഞ്ഞില്ലല്ലോ."

"അതോ... നമ്മുടെ രാജാവ് പുതിയ ഒരു കൽപ്പന പുറപ്പെടുവിച്ചിട്ടുണ്ട്. ഇനി മുതൽ ആരും ആരേയും ഉപദ്രവിക്കാനോ കൊല്ലാനോ പാടില്ലെന്ന്. അതുകൊണ്ട് പേടിക്കാതെ താഴേക്കിറങ്ങിവാ... നിന്നെ ഇനി ആരും ഒന്നും ചെയ്യില്ല."

കുറുക്കൻ തന്നെ പറ്റിക്കുകയാണെന്ന് കോഴിക്ക് മനസിലായി. എന്നാൽ അതൊന്നും പുറത്തുകാട്ടാതെ അവൾ പറഞ്ഞു:

"അതേയോ ചേട്ടാ... അത് ഞാനറിഞ്ഞിരുന്നില്ല. ഇനി ആരേയും പേടിക്കാതെ ധൈര്യമായി എല്ലാവർക്കും കാട്ടിൽ നടക്കാമല്ലോ. അതാ, ഒരു ചെന്നായ ഓടിവരുന്നു. അത് ചേട്ടന്റെ നേരെയാണല്ലോ വരുന്നത്... പക്ഷേ പുതിയ രാജകൽപ്പനയുള്ളതുകൊണ്ട് ചേട്ടനും ഇനി പേടിക്ക ണ്ടല്ലോ..."

ചെന്നായയെന്നു കേട്ടപ്പോൾ കുറുക്കൻ ഞെട്ടി. "എന്റെ മുത്തപ്പാ... ഇനി ഇവിടെ നിന്നാൽ അപകടമാണ്." അവൻ വാലു ചുരുട്ടി ഓടാൻ തുടങ്ങി. അപ്പോൾ കാട്ടുകോഴി ഒരു കള്ളച്ചിരിയോടെ ചോദിച്ചു:

"അല്ലാ; ചേട്ടനെന്തിനാ പേടിച്ചോടുന്നത്? പുതിയ രാജകൽപ്പന യില്ലേ?"

"ഹും... രാജകൽപ്പന... മണ്ണാങ്കട്ട! എടീ പെണ്ണേ; അതൊന്നും ഈ ചെന്നായ അറിഞ്ഞിട്ടുണ്ടാവില്ല..."

ഓടുന്നതിനിടയിൽ കുറുക്കൻ വിളിച്ചുപറഞ്ഞു. അതുകേട്ട് കാട്ടു കോഴി പൊട്ടിച്ചിരിച്ചു.

7

മടിയനു പറ്റിയത്

ഗ്രാമത്തിലെ ഏറ്റവും അലസനായ മനുഷ്യനാണ് ഷെയ്ദുള്ള. ഒരു ജോലിയും ചെയ്യാതെ വീട്ടിലിരിക്കാനാണ് മൂപ്പർക്ക് ഇഷ്ടം. എന്നിട്ടെന്താ, വീട് പട്ടിണിയായി. ഭാര്യയും കുഞ്ഞുങ്ങളും വിശന്ന് പൊരിഞ്ഞു. എന്നിട്ടും അയാൾക്കൊരു കുലുക്കവുമില്ല. അവസാനം ഭാര്യ അയാളുടെ മുന്നിൽ ഭീഷണി മുഴക്കി. ഇനിയും എന്തെങ്കിലും ജോലി ചെയ്യാൻ തയാറായില്ലെങ്കിൽ താനും കുട്ടികളും എങ്ങോട്ടെങ്കിലും പൊയ്ക്കളയുമെന്ന് അവർ പറഞ്ഞു.

അങ്ങനെ ഗത്യന്തരമില്ലാതെ ഷെയ്ദുള്ള വീട്ടിൽ നിന്നിറങ്ങി. എന്നാൽ അയാൾ ജോലിയന്വേഷിച്ചിറങ്ങിയതായിരുന്നില്ല. ദൂരെയുള്ള വനത്തിൽ ദിവ്യനായ ഒരു സന്യാസി താമസിക്കുന്നുണ്ടെന്ന് അയാൾ കേട്ടിരുന്നു. സന്യാസിയെ ചെന്നുകണ്ട് എളുപ്പത്തിൽ പണക്കാരനാവാനുള്ള ഒരു ഉപായം ചോദിച്ചറിയാൻ അയാൾ തീരുമാനിച്ചു.

മൂന്ന് രാത്രിയും മൂന്ന് പകലും യാത്ര ചെയ്ത് ഷെയ്ദുള്ള ഒരു കാട്ടു പാതയിലെത്തി. അപ്പോഴാണ് വഴിയിൽ അയാളൊരു ചെന്നായയെ കണ്ടത്. എവിടേക്കാണ് പോകുന്നതെന്ന് അത് ഷെയ്ദുള്ളയോടു ചോദിച്ചു. ഷെയ്ദുള്ള സന്യാസിയെക്കുറിച്ചു പറഞ്ഞു. അതുകേട്ടപ്പോൾ ചെന്നായ ചോദിച്ചു "അങ്ങനെയാണെങ്കിൽ എനിക്കൊരു ഉപകാരം ചെയ്യുമോ? മൂന്ന് വർഷമായി കഠിനമായ വയറുവേദനകൊണ്ട് ഞാൻ കഷ്ടപ്പെടുന്നു. ഇതിന് എന്താണൊരു മരുന്നെന്ന് സന്യാസിയോടൊന്ന് ചോദിക്കാമോ?"

ഷെയ്ദുള്ള സമ്മതിച്ചു. അയാൾ യാത്ര തുടർന്നു. പിന്നെയും മൂന്നു രാത്രിയും മൂന്നുപകലും കഴിഞ്ഞു. അയാൾ മറ്റൊരു കാട്ടിലെത്തി. അവി ടെ, വഴിവക്കിൽ ഒരു ആപ്പിൾമരമുണ്ടായിരുന്നു. അത് ഷെയ്ദുള്ളയോട്

എവിടേക്കാണ് പോകുന്നതെന്ന് തിരക്കി. ഷെയ്ദുള്ള സന്യാസിയെപ്പറ്റി പറഞ്ഞപ്പോൾ ആപ്പിൾമരം ചോദിച്ചു:

"അങ്ങനെയാണെങ്കിൽ താങ്കൾ എനിക്കൊരു ഉപകാരം ചെയ്യാമോ? എല്ലാ വർഷവും ഞാൻ പൂക്കുന്നുണ്ടെങ്കിലും ഒരൊറ്റ ആപ്പിൾപ്പഴം

പോലും ഉണ്ടാകുന്നില്ല. പൂക്കളെല്ലാം വേഗത്തിൽ കൊഴിഞ്ഞു പോവു കയാണ്. ഇതിനുള്ള പരിഹാരമെന്താണെന്ന് സന്ന്യാസിയോടൊന്ന് ചോദി ക്കാമോ?"

ഷെയ്ദുള്ള സമ്മതിച്ചു. അയാൾ പിന്നെയും യാത്ര തുടർന്നു. വീണ്ടും മൂന്നു രാത്രിയും മൂന്നുപകലും കഴിഞ്ഞു. അങ്ങനെയിരിക്കെ ഷെയ്ദുള്ള ഒരു തടാകത്തിന്റെ കരയിലൂടെ പോവുകയായിരുന്നു. അപ്പോ ൾ തടാകത്തിൽ വലിയ ഒരു മത്സ്യം പ്രത്യക്ഷപ്പെട്ടു. ഷെയ്ദുള്ളയോട് എവിടേക്കാണ് പോകുന്നതെന്ന് ആ മത്സ്യം ചോദിച്ചു. സന്ന്യാസിയെ ക്കുറിച്ച് അയാൾ മത്സ്യത്തോടും പറഞ്ഞു. അപ്പോൾ മത്സ്യം ചോദിച്ചു:

"അങ്ങനെയെങ്കിൽ എനിക്കൊരു ഉപകാരം ചെയ്യുമോ? കുറേ വർഷ മായി കടുത്ത തൊണ്ടവേദനകൊണ്ട് കഷ്ടപ്പെടുകയാണ് ഞാൻ ഇതി നെന്താണ് മരുന്നുള്ളതെന്ന് സന്ന്യാസിയോട് ചോദിക്കാമോ?"

ഷെയ്ദുള്ള സമ്മതിച്ചു. അയാൾ വീണ്ടും യാത്ര തുടർന്നു. മൂന്നു രാത്രിയും മൂന്നു പകലും പിന്നെയും കഴിഞ്ഞു. അവസാനം അയാൾ സന്ന്യാസിയുടെ അരികിലെത്തി.

"മകനേ; നിനക്കെന്താണ് വേണ്ടത്?" സന്ന്യാസി തിരക്കി.

തന്നെ എളുപ്പത്തിൽ ധനികനാക്കിത്തരുവാൻ ഷെയ്ദുള്ള സന്ന്യാ സിയോടപേക്ഷിച്ചു.

"ശരി.. അത് ഞാൻ പരിഹരിച്ചു തരാം. മറ്റെന്തെങ്കിലുമുണ്ടോ?" സന്ന്യാസി ചോദിച്ചു.

"ഉണ്ട്." ചെന്നായയുടെയും ആപ്പിൾമരത്തിന്റെയും മത്സ്യത്തിന്റെ യും കാര്യങ്ങൾ അയാൾ സന്ന്യാസിയെ അറിയിച്ചു.

കുറച്ചുനേരം ധ്യാനനിരതനായിരുന്നതിനുശേഷം സന്ന്യാസി പറ ഞ്ഞു.

"ആ മത്സ്യത്തിന്റെ തൊണ്ടയിൽ അമൂല്യമായ ഒരു രത്നക്കല്ല് കുരു ങ്ങിക്കിടക്കുന്നുണ്ട്. അതാണ് തൊണ്ട വേദനയ്ക്ക് കാരണം. ആ രത്ന ക്കല്ലെടുത്തു മാറ്റിയാൽ മത്സ്യത്തിന്റെ തൊണ്ട വേദനയും മാറും.

ആപ്പിൾമരത്തിന്റെ ചുവട്ടിൽ ഒരു നിധി കുഴിച്ചിട്ടിട്ടുണ്ട്. അതുകൊ ണ്ടാണ് അതിന്റെ പൂക്കൾ വേഗം കൊഴിഞ്ഞു പോകുന്നത്. ആ നിധി കുഴിച്ചെടുത്താൽ ആപ്പിൾമരത്തിന്റെ പ്രശ്നത്തിന് പരിഹാരമാവും...

പിന്നെ; ചെന്നായയുടെ വയറുവേദന മാറാൻ ഒരൊറ്റ വഴിയേ ഉള്ളൂ. ഈ ഭൂമിയിലെ ഏറ്റവും മടിയനായ മനുഷ്യനെ പിടിച്ചു തിന്നാൽ മതി."

"എന്റെ കാര്യമോ?" ഷെയ്ദുള്ള സന്ന്യാസിയെ ഓർമിപ്പിച്ചു.

"നിന്റെ കാര്യത്തിനും ഇപ്പോൾ പരിഹാരം വന്നു കഴിഞ്ഞു. ഇനി വേഗം തിരിച്ചു പൊയ്ക്കോളൂ."

അങ്ങനെ ഷെയ്ദുള്ള വീട്ടിലേക്കു തിരിച്ചു.

നടന്നു നടന്ന് അയാൾ തടാകക്കരയിലെത്തി. തടാകത്തിൽ ആ വലിയ മത്സ്യം ഷെയ്ദുള്ളയെ കാത്തിരിക്കുന്നുണ്ടായിരുന്നു.

"സ്നേഹിതാ എന്റെ തൊണ്ടവേദനയ്ക്ക് എന്തു പരിഹാരമാണ്

സന്യാസി നിർദേശിച്ചത്?" മത്സ്യം ആകാംക്ഷയോടെ തിരക്കി. അപ്പോൾ സന്യാസി പറഞ്ഞ കാര്യം ഷെയ്ദുള്ള മത്സ്യത്തെ അറിയിച്ചു. അപ്പോൾ അത് ഷെയ്ദുള്ളയോട് അപേക്ഷിച്ചു.

"പ്രിയപ്പെട്ട സ്നേഹിതാ; എന്നെ ഒന്ന് സഹായിക്കാമോ? ദയവു ചെയ്ത് എന്റെ തൊണ്ടയിൽ നിന്നും ആ രത്നക്കല്ല് എടുത്തു മാറ്റാമോ?"

"എനിക്കതിനൊന്നും വയ്യ." അങ്ങനെ പറഞ്ഞുകൊണ്ട് ഷെയ്ദുള്ള അവിടെ നിന്നുപോയി.

നടന്നുനടന്ന് അയാൾ ആപ്പിൾ മരത്തിനടുത്തെത്തി.

"സ്നേഹിതാ, എന്റെ കാര്യം സന്യാസിയോട് പറഞ്ഞില്ലേ?"

ആപ്പിൾമരം ആകാംക്ഷയോടെ ചോദിച്ചു. അപ്പോൾ സന്യാസി പറഞ്ഞ കാര്യം ഷെയ്ദുള്ള ആപ്പിൾമരത്തെ അറിയിച്ചു.

"സ്നേഹിതാ; താങ്കൾ എന്നെ ഒന്ന് സഹായിക്കുമോ? ദയവുചെയ്ത എന്റെ ചുവട്ടിൽ കുഴിച്ചിട്ടിരിക്കുന്ന ആ നിധി ഒന്നെടുത്തു മാറ്റുമോ? എന്നാൽ ഞാൻ കായ്ക്കുകയും ചെയ്യും, താങ്കൾക്ക് നിധിയും കിട്ടും."

"വേണ്ട... വേണ്ട... എനിക്കതിനൊന്നും വയ്യ.." ഷെയ്ദുള്ള അങ്ങനെ പറഞ്ഞത് അവിടെ നിന്നും പോയി.

നടന്നുനടന്ന് അയാൾ കാട്ടുപാതയിലെത്തി. അവിടെ ചെന്നായ അയാളെ കാത്തിരിക്കുന്നുണ്ടായിരുന്നു. ഷെയ്ദുള്ളയെ കണ്ട ഉടനെ ചെന്നായ ചോദിച്ചു.

"സ്നേഹിതാ, എന്റെ വയറുവേദനയ്ക്ക് എന്തു മരുന്നാണ് സന്യാസി പറഞ്ഞുതന്നത്?"

"ആദ്യം കാണുന്ന കുഴിമടിയനെ പിടിച്ചു തിന്നാൽ നിന്റെ വയറുവേ ദന മാറുമെന്ന് സന്യാസി പറഞ്ഞു." ഷെയ്ദുള്ള അറിയിച്ചു. അപ്പോൾ യാത്രയ്ക്കിടെ കണ്ട കാര്യങ്ങളൊക്കെ ഒന്ന് വിശദീകരിക്കുവാൻ ചെന്നായ ആവശ്യപ്പെട്ടു. ആപ്പിൾമരത്തിന്റെയും മത്സ്യത്തിന്റെയും കഥകൾ അപ്പോൾ ഷെയ്ദുള്ള വിവരിച്ചു. അത് കേട്ടപ്പോൾ ചെന്നായക്ക് വലിയ സന്തോഷമായി. അവൻ പറഞ്ഞു.

"ഹയ്യട... ഒരു കുഴിമടിയനെ എങ്ങനെ കണ്ടെത്തുമെന്ന് ആലോചി ക്കുകയായിരുന്നു ഞാൻ. ഇപ്പോഴിതാ പറ്റിയ ഒരുത്തൻ എന്റെ മുന്നിൽ നിൽക്കുന്നു. ഇതിലും വലിയ ഒരു മടിയനെ മറ്റെവിടെ കിട്ടും!"

ചെന്നായ ഒറ്റച്ചാട്ടത്തിന് ഷെയ്ദുള്ളയെ പിടികൂടി. അങ്ങനെ ആ മടിയന്റെ കഥ കഴിഞ്ഞു.

8

കുറുക്കനു പറ്റിയ അമളി

ഒരിടത്തൊരു അമ്മൂമ്മയുണ്ടായിരുന്നു, അവർക്ക് ഒരു പുന്നാരക്കോ ഴിയും. മഹാവികൃതിയായിരുന്നു അവൻ. ഇടയ്ക്കിടെ അവൻ അമ്മൂമ്മ യുമായി പിണങ്ങും. പിണങ്ങിയാലോ, അരിശം പിടിച്ച് അമ്മൂമ്മയെ കൊത്തിപ്പറിക്കുകയും ചെയ്യും.

ഒരുദിവസം പതിവുപോലെ എന്തോ കാര്യത്തിന് അവർ തമ്മിൽ പിണങ്ങി. കോഴിയാണെങ്കിൽ അമ്മൂമ്മയെ കൊത്തിപ്പറിക്കാനും തുട ങ്ങി. അവസാനം പൊറുതിമുട്ടിയപ്പോൾ അമ്മൂമ്മ പറഞ്ഞു:

"നിന്നെക്കൊണ്ടു ഞാൻ തോറ്റു. നീയിനി എന്റെ കൂടെ താമസി ക്കേണ്ട. എവിടേക്കാണെങ്കിൽ പൊയ്ക്കോ. എനിക്കിനി നിന്നെ കാണു കയേ വേണ്ട."

കോഴിക്കും അരിശംവന്നു. ചിണുങ്ങിക്കൊണ്ട് അവൻ പറഞ്ഞു. "ശരി... അങ്ങനെയാണെങ്കിൽ എനിക്കിനി നിങ്ങളേയും കാണണ്ട. തനിച്ച് താമസിക്കാൻ പറ്റുമോ എന്ന് ഞാനും ഒന്നു നോക്കട്ടെ."

അങ്ങനെ കോഴിക്കുട്ടൻ അമ്മൂമ്മയോട് പിണങ്ങി വീടുവിട്ടിറങ്ങി. പകൽ മുഴുവനും അവൻ പലയിടത്തും അലഞ്ഞു നടന്നു. സന്ധ്യയായ പ്പോൾ വയലിനരികിലുള്ള ഒരു വൈക്കോൽക്കൂനയുടെ മുകളിൽ കയറി ക്കിടന്നു. ആ സമയത്താണ് ഒരു കുറുക്കൻ ഭക്ഷണം തേടി അതുവഴി വന്നത്. വൈക്കോൽക്കൂനയുടെ മുകളിൽ കിടന്നുറങ്ങുന്ന കോഴിയെ കണ്ട പ്പോൾ അവന് സന്തോഷമായി. അവൻ പതുങ്ങിച്ചെന്ന് കോഴിക്കുട്ടനെ ഒറ്റപ്പിടുത്തം!

"ഹയ്യട! കിട്ടിപ്പോയി... ഇന്നത്തെ അത്താഴം കുശാൽ..."

കുറുക്കൻ കോഴിക്കുട്ടനേയുംകൊണ്ട് ഓടാൻ തുടങ്ങി. വയലിൽ പണിയെടുക്കുകയായിരുന്ന ഒരു കൃഷിക്കാരൻ അതു കണ്ട് ഒരു വടിയു മായി കുറുക്കന്റെ പിന്നാലെ ഓടി.

"കോഴിയെ അവിടെയിടെടാ കള്ളക്കുറുക്കാ.." അയാൾ വിളിച്ചു പറ
ഞ്ഞു. "ഇല്ലെങ്കിൽ നിന്റെ തോല് ഞാൻ പൊളിക്കും.. ആഹാ..." കുറു
ക്കന്റെ വായിൽനിന്നും എങ്ങനെ രക്ഷപ്പെടുമെന്ന് ചിന്തിക്കുകയായിരുന്നു
കോഴിക്കുട്ടൻ. കർഷകന്റെ വാക്കുകൾ കേട്ടപ്പോൾ അവനൊരു ബുദ്ധി
തോന്നി. അവൻ കുറുക്കനോട് പറഞ്ഞു: "ഇത് നല്ല തമാശ! ഞാൻ
അയാളുടെ കോഴിയല്ല. പിന്നെയെന്തിനാ അയാൾ എന്റെമേൽ അധികാരം
കാണിക്കുന്നത്? ഞാൻ അമ്മൂമ്മയുടെ കോഴിയാണെന്ന് അയാളോട് പറ
ഞ്ഞുകൊടുക്കൂ കുറുക്കൻച്ചേട്ടാ..."

അതുകേട്ടപ്പോൾ കുറുക്കൻ ഓട്ടം നിറുത്തി, കുറച്ചുനേരം സംശ
യിച്ചുനിന്നു. പിന്നെ വീണ്ടും ഓട്ടം തുടർന്നു.

അപ്പോൾ കർഷകൻ വീണ്ടും വിളിച്ചുപറഞ്ഞു: "എടാ കള്ളക്കുറു
ക്കാ.. കോഴിയെ വേഗം താഴെയിട്ടോ... അതാ നിനക്കു നല്ലത്."

അപ്പോൾ കോഴിക്കുട്ടൻ വീണ്ടും കുറുക്കനെ പ്രലോഭിപ്പിക്കാൻ
തുടങ്ങി.

"ഇത് നല്ലകാര്യം തന്നെ. എന്നെച്ചൊല്ലി ഇയാളെന്തിനാ ബഹളം
വയ്ക്കുന്നത്? കുറുക്കൻച്ചേട്ടാ, ഈ മനുഷ്യൻ ചേട്ടനെ ശകാരിക്കുന്നത്
കേട്ടില്ലേ? ചേട്ടന്റെ കൈയിൽ നിന്നും എന്നെ തട്ടിയെടുക്കാനാണ് ഇയാൾ
ശ്രമിക്കുന്നത് ഇത് അങ്ങനെ വിടല്ലേ...."

ഇത്രയും കേട്ടപ്പോഴേക്കും കുറുക്കൻ എല്ലാ നിയന്ത്രണങ്ങളും നഷ്ട
പ്പെട്ടു. അവൻ കർഷകന്റെ നേരെ പല്ലിളിച്ചു കാട്ടിക്കൊണ്ട് പറഞ്ഞു.

"നിങ്ങൾക്കെന്താ കിഴവാ വേറെ പണിയൊന്നുമില്ലേ? ഇത് നിങ്ങ
ളുടെ കോഴിയൊന്നുമല്ലല്ലോ... നിങ്ങൾ നിങ്ങളുടെ കോഴിയുടെ കാര്യം
മാത്രം നോക്കിയാൽ മതി, കേട്ടോ...."

ദേഷ്യംകൊണ്ടു വിറച്ച് കുറുക്കൻ ചറപറാന്ന് എന്തൊക്കെയോ പറ
ഞ്ഞു. അപ്പോഴാണ് അവന് കോഴിക്കുട്ടനെ ഓർമവന്നത്... അവനെവിടെ
പ്പോയി? ഇത്രയും നേരം തന്റെ വായിലുണ്ടായിരുന്നല്ലോ...

ഒരു കോഴിപ്പൂട പോലും അവിടെയെങ്ങുമുണ്ടായിരുന്നില്ല. പിന്നെ
യല്ലേ കോഴി!

കുറുക്കൻ ഇളിഭ്യനായി. ആളുകൾ അവനെ നോക്കി കളിയാക്കി
ചിരിച്ചു. "അയ്യയ്യേ... നാണക്കേട് ഒരു പീക്കിരിക്കോഴി ഈ കുറുക്കനെ
പറ്റിച്ചേ..."

കുറുക്കൻ ആകെ നാണംകെട്ടു. പിന്നീടവൻ അവിടെ നിന്നതേയില്ല.
ഒരോട്ടം വച്ചു കൊടുത്തു. ഇനിയൊരിക്കലും മനുഷ്യരോട് സംസാരിക്കി
ല്ലെന്ന് അവൻ തീരുമാനിച്ചു.

അതിനു ശേഷമാണ് മനുഷ്യരെ കാണുന്ന മാത്രയിൽ കുറുക്കൻ
വാലും ചുരുട്ടി ഓടിയൊളിക്കാൻ തുടങ്ങിയതത്രേ.

9
ഉപദേശത്തിന്റെ വില

ഒരു ഗ്രാമത്തിൽ വൃദ്ധനായ ഒരു കർഷകനുണ്ടായിരുന്നു. രണ്ടുപു ത്രന്മാരായിരുന്നു അയാൾക്ക്. രണ്ടുപേരും അലസന്മാരും താന്തോന്നിക ളുമായിരുന്നു.

അങ്ങനെയിരിക്കെ വൃദ്ധൻ കിടപ്പിലായി. തനിക്ക് ഇനി അധികകാ ലമില്ലെന്ന് മനസിലായപ്പോൾ അയാൾ രണ്ടു മക്കളേയും അരികിൽ വിളിച്ച് ഇങ്ങനെ പറഞ്ഞു:

"മക്കളേ, എനിക്കിനി അധികം സമയമില്ല. എന്റെ മരണശേഷം ഈ സ്വത്തെല്ലാം നിങ്ങൾക്കുള്ളതാണ് പക്ഷേ, അതുകൊണ്ട് മാത്രം നിങ്ങൾക്ക് സുഖമായി ജീവിക്കാൻ കഴിയില്ല. ഞാൻ നിങ്ങൾക്ക് മൂന്ന് ഉപദേശങ്ങൾ നൽകാം. അതനുസരിച്ച് ജീവിച്ചാൽ നിങ്ങൾക്കെന്നും സന്തോഷവും സമൃദ്ധിയുമുണ്ടാകും. ഇതാ കേട്ടോളൂ. ആരുടെ മുന്നിലും തലകുനിക്കരുത്. ആളുകൾ നിങ്ങളുടെ മുന്നിൽ തലകുനിക്കട്ടെ. ഭക്ഷണം എപ്പോഴും തേൻ ചേർത്തു കഴിക്കണം. ഉറങ്ങുന്നത് തുവൽമെത്തയിലാ യിരിക്കണം."

അധികം താമസിയാതെ വൃദ്ധൻ മരിച്ചു. മക്കൾ അച്ഛന്റെ സ്വത്ത് ചെലവഴിച്ച് തോന്നിയപോലെ ജീവിക്കാൻ തുടങ്ങി. അച്ഛൻ നൽകിയ ഉപദേശമെല്ലാം അവർ മറന്നു പോയിരുന്നു. ഒരു ജോലിയും ചെയ്യാതെ തിന്നും കുടിച്ചും ഉറങ്ങിയും അവർ ദിവസങ്ങൾ ചെലവഴിച്ചു. അതുകൊ ണ്ടെന്താ. ഒരുവർഷം കഴിഞ്ഞപ്പോഴേക്കും അച്ഛന്റെ പണമെല്ലാം മിക്ക വാറും തീർന്നു.

രണ്ടാമത്തെ വർഷം വീട്ടുസാധനങ്ങൾ ഓരോന്നായി അവർ വിൽക്കാൻ തുടങ്ങി. മിക്ക ദിവസങ്ങളിലും അവർക്ക് പട്ടിണികിടക്കേണ്ടി വന്നു.

അപ്പോഴാണ് മൂത്തമകൻ അച്ഛന്റെ ഉപദേശത്തെക്കുറിച്ചോർത്തത്. "അച്ഛൻ നമുക്ക് മൂന്ന് ഉപദേശങ്ങൾ നൽകിയിരുന്നില്ലേ? അവ അനു സരിച്ചാൽ നമുക്ക് സുഖമായി ജീവിക്കാമെന്ന് അച്ഛൻ പറഞ്ഞിരുന്നു.

അപ്പോൾ ഇളയവൻ ചിരിച്ചുകൊണ്ട് പറഞ്ഞു. "അവ എനിക്കോർമ യുണ്ട്. ഒന്നാമത്തെ ഉപദേശം നമ്മൾ ആരുടെ മുന്നിലും തലകുനിക്ക രുത്; ആളുകൾ നമ്മുടെ മുന്നിൽ തലകുനിക്കണം എന്നായിരുന്നു. ഇപ്പോൾ നമ്മെ കണ്ടാൽ ആരെങ്കിലും തലകുനിക്കുമോ? അതിന് നമ്മൾ പണക്കാരാവണം. ഗ്രാമത്തിൽ ഇപ്പോൾ നമ്മളെക്കാൾ ദരിദ്രരായവർ ആരുമില്ല. രണ്ടാമത്തെ ഉപദേശം ഭക്ഷണം എപ്പോഴും തേൻ ചേർത്ത് കഴിക്കണമെന്നായിരുന്നു. തേൻ പോയിട്ട് നമ്മുടെ വീട്ടിൽ ഇപ്പോൾ റൊട്ടി പോലുമില്ല. മൂന്നാമത്തെ ഉപദേശം തൂവൽമെത്തയിൽ കിടന്നുറങ്ങണ മെന്നായിരുന്നു. നമുക്കെവിടുന്നാണ് തൂവൽമെത്ത? പഴയ തോൽപ്പായ യിലല്ലേ നമ്മൾ ഉറങ്ങുന്നത്."

മൂത്തമകൻ കുറച്ചുനേരം എന്തോ ആലോചിച്ചു. പിന്നെ ഇങ്ങനെ പറഞ്ഞു. "നീയിങ്ങനെ ചിരിക്കേണ്ട. അച്ഛന്റെ ഉപദേശം നമുക്ക് ശരിക്കും മനസിലായിട്ടില്ല. ആദ്യത്തെ ഉപദേശത്തിന്റെ അർഥം നമ്മൾ വയലിൽ കൃഷിചെയ്യണമെന്നാണ്. അത് കണ്ട് അതുവഴി പോകുന്നവരെല്ലാം നമ്മെ അഭിവാദ്യം ചെയ്യുമല്ലോ.."

പിറ്റേദിവസം അതിരാവിലെ അവർ രണ്ടുപേരും വയലിലേക്കു പോയി കൃഷിപ്പണികളിൽ മുഴുകി. അതുവഴി കടന്നുപോയ ആളുക ളെല്ലാം തലകുനിച്ച് അവരെ അഭിവാദ്യം ചെയ്യുകയും നല്ല വിളവു ലഭി ക്കട്ടെ എന്നാശംസിക്കുകയും ചെയ്തു. ദിവസം മുഴുവൻ അവർ വയ ലിൽ കഠിനമായി അധ്വാനിച്ചു. വൈകുന്നേരമായപ്പോൾ അവർ വീട്ടിലേക്കു തിരിച്ചു. വീട്ടിൽ റൊട്ടിയും ചായയുമുണ്ടായിരുന്നു. നല്ല വിശപ്പുണ്ടായി രുന്നതിനാൽ റൊട്ടിക്ക് തേനിന്റെ മധുരമുണ്ടെന്ന് അവർക്ക് തോന്നി.

വിശപ്പുമാറിയപ്പോൾ അവർക്ക് ഉറക്കം വന്നു. പഴയ തോൽപ്പായ യിൽ ഒരു തൂവൽമെത്തയിലെന്ന പോലെ സുഖമായി അവരുറങ്ങി.

ആ വേനൽക്കാലം മുഴുവനും അവർ വയലിൽ പണിയെടുത്തു. ശരത്ക്കാലമായപ്പോൾ അവർക്ക് നല്ല വിളവു ലഭിച്ചു. അച്ഛന്റെ ഉപദേശം എത്ര അമൂല്യമാണ്. സന്തോഷത്തോടെ അവർ ചിന്തിച്ചു.

10
മൂന്ന് വിദ്യകൾ

ഒരിടത്ത് സമ്പന്നനായ ഒരു കർഷകനുണ്ടായിരുന്നു. അയാൾക്ക് മുപ്പത് കുതിരകളും മുപ്പത് പശുക്കളും മുപ്പത് ആടുകളുമുണ്ടായിരുന്നു. കർഷകന്റെ ഏക മകനായിരുന്നു പാവെൽ.

അങ്ങനെയിരിക്കെ കർഷകൻ മരിച്ചു. വീട്ടിൽ തനിച്ചായപ്പോൾ പാവെൽ ചിന്തിച്ചു: "എനിക്ക് സഹോദരങ്ങളോ ബന്ധുക്കളോ ഇല്ല. പിന്നെയെന്തിനാണ് ഇത്രയും കന്നുകാലികൾ അവയെ കൊടുത്ത് ഞാൻ മൂന്ന് വിദ്യകൾ സമ്പാദിക്കും."

അങ്ങനെ പാവെൽ വീട്ടിൽ നിന്നിറങ്ങി, യാത്ര തുടങ്ങി. കുറേ നടന്ന് അവൻ വിദൂരമായ ഒരു സ്ഥലത്തെത്തി. അവിടെ ഒരു കൂടാരത്തിനു മുന്നി ലിരുന്ന് മൂന്നുപേർ ചതുരംഗം കളിക്കുന്നത് അവൻ കണ്ടു. അപ്പോൾ അവൻ അവരുടെയടുത്തേക്ക് ചെന്നു.

"നിങ്ങളെവിടെ നിന്നാണ് വരുന്നത് അവർ തിരക്കി. അപ്പോൾ പാവെൽ പറഞ്ഞു "ഞാൻ കുറേ ദൂരെ നിന്നും വരികയാണ്. എന്റെ മാതാപിതാക്കൾ മരിച്ചുപോയി. ഞാനിപ്പോൾ തനിച്ചാണ്. സഹോദരങ്ങ ളാരുമില്ല. എനിക്ക് കുറേയേറെ കന്നുകാലികളുണ്ട്. അവയെ ആർക്കെ ങ്കിലും കൊടുത്ത് പകരം മൂന്നുവിദ്യകൾ സ്വന്തമാക്കാനാണ് ഞാനാഗ്ര ഹിക്കുന്നത്. നിങ്ങളെനിക്ക് ചതുരംഗം പഠിപ്പിച്ചുതരുകയാണെങ്കിൽ ഞാനെന്റെ മുപ്പത് ആടുകളെ നിങ്ങൾക്ക് നൽകാം."

അവർ സമ്മതിച്ചു. ആടുകളെ സ്വീകരിച്ച് അവർ അവന ചതുരംഗം പഠിപ്പിച്ചു കൊടുക്കാൻ തുടങ്ങി. ഒരു മാസം കൊണ്ട് ചതുരംഗത്തിലെ വിദ്യകളെല്ലാം അവൻ പഠിച്ചു. അവൻ വീണ്ടും തന്റെ യാത്ര തുടർന്നു.

കുറേ നടന്ന് പാവെൽ മറ്റൊരു സ്ഥലത്തെത്തി. അവിടുത്തെ പാത യരികിൽ മൂന്നുപേർ ചെപ്പടി വിദ്യകൾ കാണിക്കുന്നത് അവൻ കണ്ടു. അവൻ അവിടേക്കു ചെന്നു.

"നിങ്ങളെവിടെ നിന്നാണ് വരുന്നത്?" അവർ തിരക്കി.

അവനപ്പോൾ കാര്യങ്ങളെല്ലാം അവരോടു പറഞ്ഞു. തനിക്ക് ചെപ്പടി വിദ്യകൾ പഠിപ്പിച്ചുതന്നാൽ പകരമായി തന്റെ മുപ്പത് പശുക്കളെ നൽകാ മെന്ന് അവൻ അവരെ അറിയിച്ചു.

അവർ സമ്മതിച്ചു. അങ്ങനെ പാവെൽ ചെപ്പടിവിദ്യകൾ പഠിക്കാൻ തുടങ്ങി ഒരു മാസം കൊണ്ട് അവയെല്ലാം അവൻ പഠിച്ചു. അതിനുശേഷം അവരോട് യാത്ര പറഞ്ഞ് പാവെൽ വീണ്ടും നടന്നു.

കുറേനേരത്തെ നടത്തത്തിനുശേഷം അവൻ വേറൊരു സ്ഥലത്തെ ത്തി. അവിടെ ഒരു മരച്ചുവട്ടിലിരുന്ന് മൂന്നുപേർ ഗണിതക്രിയകൾ ചെയ്യു ന്നത് അവൻ കണ്ടു.

പാവെൽ അവരുടെ അരികിലേക്കു ചെന്നു തനിക്ക് ഗണിതക്രിയ കൾ പഠിക്കാനാഗ്രഹമുണ്ടെന്നും അതിനുപകരമായി ഇരുപത്തി യൊൻപത് കുതിരകളെ നൽകാമെന്നും അറിയിച്ചു.

അവർ സമ്മതിച്ചു. അങ്ങനെ അവൻ ഗണിതക്രിയകൾ പഠിക്കാൻ തുടങ്ങി. ഒരു മാസംകൊണ്ട് ഗണിതത്തിലെ എല്ലാ വിദ്യകളും അവർ അവനെ പഠിപ്പിച്ചു.

"ഇപ്പോൾ ഞാൻ മൂന്നു വിദ്യകൾ പഠിച്ചുകഴിഞ്ഞു ഇനി നാട്ടിലേക്ക് തിരിച്ചുപോകാം." അവൻ ചിന്തിച്ചു.

അങ്ങനെയിരിക്കെ ഒരു ദിവസം രാജാവ് ഒരു വിളംബരം പുറപ്പെടു വിച്ചു. പ്രജകളുമായി രാജാവ് ചതുരംഗം കളിക്കാനാഗ്രഹിക്കുന്നുണ്ടെന്നും മൂന്നുപ്രാവശ്യം രാജാവിനെ തോൽപ്പിക്കുന്നവർക്ക് രാജ്യം നൽകുമെ ന്നുമായിരുന്നു വിളംബരം. കളിയിൽ തോൽക്കുന്നവരുടെ തല വെട്ടു മെന്നും അറിയിപ്പുണ്ടായി.

"എനിക്ക് സ്വന്തമെന്നു പറയാൻ ആരുമില്ല. അതുകൊണ്ടു തന്നെ രാജാവുമായി ചതുരംഗം കളിക്കുകതന്നെ." ഇങ്ങനെ ചിന്തിച്ച് പാവെൽ കൊട്ടാരത്തിലേക്ക് നടന്നു.

കൊട്ടാരത്തിനു മുന്നിൽ കുറേ മനുഷ്യരുടെ തലകൾ കൂട്ടിയിട്ടിരു ന്നു. അവൻ ആ തലകൾ എണ്ണിനോക്കി. അവ തൊണ്ണൂറ്റൊമ്പതെണ്ണമു ണ്ടായിരുന്നു. "രാജാവിന്റെ തലകൂടിയായാൽ നൂറെണ്ണം തികയും." അവൻ ചിന്തിച്ചു.

അവൻ രാജാവിനെ വണങ്ങിക്കൊണ്ടു പറഞ്ഞു.

"ഞാൻ കുറേദൂരെ നിന്നും വരികയാണ്. അങ്ങയുമായി ചതുരംഗം കളിക്കാൻ ഞാനാഗ്രഹിക്കുന്നു."

"ഓഹോ; അതുശരി.. ആട്ടെ; വരുന്ന വഴിക്ക് നീ പ്രത്യേകിച്ചെന്തെ ങ്കിലും കണ്ടിരുന്നോ? രാജാവ് ചോദിച്ചു.

"കുറെ തലകൾ കൂട്ടിയിട്ടിരിക്കുന്നത് കണ്ടു."

"എന്നാൽ ആദ്യം പോയി അവ എത്രയുണ്ടെന്ന് എണ്ണിനോക്ക്. എന്നിട്ടാവാം കളി." രാജാവ് പുച്ഛസ്വരത്തിൽ പറഞ്ഞു. അതു കേട്ടപ്പോൾ പാവെൽ പറഞ്ഞു.

"ഞാനത് എണ്ണിനോക്കിയിട്ടാണു വന്നത്. തൊണ്ണുറ്റൊമ്പത് തലക ളുണ്ട്. ആകെ. അങ്ങയുടെ തലകൂടി ആയാൽ നൂറ് തികയും."

രാജാവ് അമ്പരന്നു. ഇവൻ സാധാരണക്കാരനല്ലെന്നും ഗണിതവിദ്യ അറിയാവുന്നവനാണെന്നും അദ്ദേഹത്തിന് മനസിലായി.

അങ്ങനെ അവർ കളിക്കാനിരുന്നു. അധികം വൈകാതെ തന്നെ കളിയിൽ താൻ പരാജയപ്പെടുമെന്ന് രാജാവിന് ഉറപ്പായി. അദ്ദേഹം അപ്പോൾ ഒരടവെടുത്തു. പാവെലിനെ നോക്കി അദ്ദേഹം പറഞ്ഞു.

"ചതുരംഗമെന്നു പറയുന്നത് നല്ല ബുദ്ധിശക്തി ആവശ്യമുള്ള കളി യാണ്. ഈ കളി എത്രനേരം നീണ്ടുനിൽക്കുമെന്ന് ഒരിക്കലും പറയാ നാവില്ല. അതിനാൽ ഇനി ഭക്ഷണം കഴിച്ചിട്ട് കളിക്കാം."

രാജപത്നി അപ്പോൾ രണ്ടുപാത്രത്തിൽ ഭക്ഷണവുമായി വന്നു. രാജാവിന്റെ അരികിൽ ബുദ്ധി വർധിപ്പിക്കുന്ന ഭക്ഷണവും തന്റെയരി കിൽ ബുദ്ധിനശിപ്പിക്കുന്ന ഭക്ഷണവുമാണ് കൊണ്ടു വച്ചിരിക്കുന്നതെന്ന് പാവെലിന് മനസിലായി. ചെപ്പടിവിദ്യകൾ പഠിച്ചത് ഇപ്പോൾ അവന് തുണിയായി. ചെപ്പടിവിദ്യ പ്രയോഗിച്ച് രാജാവിനറിയാതെ അവൻ ആ പാത്രങ്ങൾ പരസ്പരം മാറ്റിവെച്ചു. ഭക്ഷണശേഷം അവർ കളി തുടർന്നു. താമസിയാതെ രാജാവ് പരാജയപ്പെട്ടു. രണ്ടാം തവണ കളിക്കുന്നതിനു മുൻപായി രാജപത്നി രണ്ടുപാത്രത്തിൽ ഭക്ഷണവുമായി വന്നു. എന്നാൽ അപ്പോഴും രാജാവറിയാതെ ചെപ്പടിവിദ്യ പ്രയോഗിച്ച് പാവെൽ പാത്ര ങ്ങൾ പരസ്പരം മാറ്റിവെച്ചു.

അവർ വീണ്ടും കളിക്കാനിരുന്നു. അത്തവണയും രാജാവ് പരാജ യപ്പെട്ടു.

മൂന്നാമത്തെ തവണ കളിക്കുന്നതിനു മുൻപായി വീണ്ടും രണ്ടുപാ ത്രത്തിൽ ഭക്ഷണമെത്തി. ചെപ്പടിവിദ്യ പ്രയോഗിച്ച് പാവെൽ ആ പാത്ര ങ്ങളും പരസ്പരം മാറ്റിവെച്ചു.

അങ്ങനെ മൂന്നാം തവണയും രാജാവ് പരാജയപ്പെട്ടു.

"ഞാനിതാ മൂന്നുപ്രാവശ്യം അങ്ങയെ തോൽപ്പിച്ചിരിക്കുന്നു. രാജാ വേ, മരിക്കാൻ തയാറായിക്കൊള്ളുക."

"എന്നെ കൊല്ലരുതേ... ഞാനെന്റെ രാജ്യവും സമ്പത്തുമെല്ലാം താങ്കൾക്കു നൽകാം. എനിക്കെന്റെ ജീവൻ മാത്രം മതി..." രാജാവ് അപേ ക്ഷിച്ചു.

"ഹും... പാവപ്പെട്ട തൊണ്ണുറ്റൊൻപത് പ്രജകളെ കളിയിൽ തോൽപ്പിച്ച് അവരുടെ തലവെട്ടിയെടുത്തില്ലേ? ഇനി അങ്ങയുടെ ഊഴമാ ണ്. ക്രൂരനായ രാജാവിനെ ഒരു പ്രജയും ഇഷ്ടപ്പെടില്ല."

അങ്ങനെ പറഞ്ഞുകൊണ്ട് പാവെൽ ദുഷ്ടനായ രാജാവിന്റെ തലയ റുത്തു. പിന്നീട് ഏറെക്കാലം അവൻ രാജാവായി ആ രാജ്യത്തിന്റെ ഭരണം നടത്തി.

11
കുരുവിയും പൂച്ചയും

ഒരിക്കൽ ഒരു കുരുവി തീറ്റയന്വേഷിച്ചു നടക്കുകയായിരുന്നു. അപ്പോഴാണ് ഒരു വീട്ടുമുറ്റത്ത് ധാന്യമണികൾ കൂട്ടിയിട്ടിരിക്കുന്നത് അവൻ കണ്ടത്. സന്തോഷത്തോടെ അവിടേക്കു ചെന്ന് അവൻ ധാന്യമ ണികൾ കൊത്തിത്തിന്നാൻ തുടങ്ങി. അപ്പോഴെന്തുണ്ടായെന്നോ! ആ വീട്ടിലെ പൂച്ച പതുങ്ങിപ്പതുങ്ങി വന്ന് ആ കുരുവിയെ ഒറ്റച്ചാട്ടത്തിന് കൈക്കലാക്കി.

"ഹായ് ഹായ് ഇന്നത്തെ ഭക്ഷണം കേമമായി."

കുരുവി പേടിച്ച് വിറച്ചു. ദുഷ്ടനായ ഈ പൂച്ച തന്നെ അകത്താ ക്കാൻ പോവുകയാണെന്ന് അവന് മനസിലായി. എന്തെങ്കിലും സൂത്രം പ്രയോഗിക്കുകയാണെങ്കിൽ ഒരുപക്ഷേ ഈ ഭയങ്കരന്റെ കൈയിൽ നിന്നും രക്ഷപ്പെടാനായേക്കുമെന്ന് കുരുവിക്ക് തോന്നി. എന്തായാലും ഒരു ശ്രമം നടത്താൻ തന്നെ അവൻ തീരുമാനിച്ചു.

"പൂച്ചച്ചേട്ടാ; ചേട്ടനെന്നെ തിന്നാൻ പോവുകയാണോ?" കുരുവി ചോദിച്ചു. "പിന്നല്ലാതെ... നിന്നെ ഞാനിപ്പോൾ തിന്നും..."

'മുഖം പോലും കഴുകാതെ എന്നെ തിന്നാനോ? ചേട്ടന് ലജ്ജയില്ലേ? ചേട്ടന്റെ വീട്ടിലെ കൃഷിക്കാരനും ഭാര്യയും കുട്ടികളുമെല്ലാം ഭക്ഷണ ത്തിനുമുൻപ് കൈയും മുഖവും കഴുകുന്നത് ചേട്ടൻ കണ്ടിട്ടില്ലേ?"

"ശരിയാണല്ലോ... എങ്കിൽപിന്നെ അങ്ങനെത്തന്നെ ചെയ്തുകള യാം..."

വിഡ്ഢിയായ പൂച്ച മുഖം കഴുകുന്നതിനുവേണ്ടി കൈകളുയർത്തി. അപ്പോഴെന്തുപറ്റി? പൂച്ചയുടെ പിടിയിൽ നിന്നും രക്ഷപ്പെട്ട കുരുവി ചിറ കുകളടിച്ച് പറന്നുപോയി..

പൂച്ചയ്ക്ക് അപ്പോൾ മാത്രമേ തന്റെ അമളി മനസിലായുള്ളൂ.. അവൻ അരിശത്തോടെ പറഞ്ഞു.

"ഹും.. ഒരിക്കൽ പറ്റിയതു പറ്റി. ഇനി എന്നെ ആർക്കും പറ്റിക്കാനാവില്ല. മനുഷ്യർ അവർക്കിഷ്ടമുള്ളത് ചെയ്‌തോട്ടെ. ഇനിയൊരിക്കലും ഭക്ഷണത്തിനു മുൻപ് കൈയും മുഖവും കഴുകുന്ന പ്രശ്നമില്ല.."

അതിനെത്തുടർന്നാണത്രേ പൂച്ചകൾ തീറ്റ കഴിഞ്ഞതിനുശേഷം മാത്രം മുഖം കഴുകാൻ തുടങ്ങിയത്.

12

അത്യാഗ്രഹിയുടെ പതനം

പണ്ട് റഷ്യയിൽ ഇവാൻ എന്നൊരു കൃഷിക്കാരനുണ്ടായിരുന്നു. അയാൾ സത്യസന്ധനും പരോപകാരിയുമായിരുന്നു. ഗ്രാമീണർക്കെല്ലാം അയാളെ വലിയ ഇഷ്ടമായിരുന്നു. ഇവാന്റെ അയൽക്കാരനായിരുന്നു. നിക്കൊളായ്. അയാളാകട്ടെ ക്രൂരനും അത്യാഗ്രഹിയുമായിരുന്നു.

ഒരു ദിവസം ഇവാൻ തന്റെ തോട്ടത്തിൽ ജോലിചെയ്തുകൊണ്ടിരി ക്കുകയായിരുന്നു. അപ്പോഴാണ് അയാളുടെ മുന്നിൽ ഒരു അരയന്നം വന്നു വീണത്. പറക്കാനാവാതെ പിടഞ്ഞുകൊണ്ടിരുന്ന ആ പാവത്തിന്റെ ഒരു ചിറക് ഒടിഞ്ഞു പോയിരുന്നു. ഇവാന് ആ പക്ഷിയെ കണ്ടപ്പോൾ പാവം തോന്നി. അരയന്നത്തിനെ രക്ഷിക്കണമെന്നു വിചാരിച്ച് അയാൾ അതി നെയെടുത്ത് വീട്ടിലേക്കു കൊണ്ടുപോയി. ഇവാന്റെ ശുശ്രൂഷയുടെ ഫല മായി ഏതാനും ദിവസങ്ങൾ കഴിഞ്ഞപ്പോൾ അരയന്നം സുഖംപ്രാപിച്ചു. ഒരു ദിവസം അത് ആകാശത്തേക്ക് പറന്നുപോവുകയുംചെയ്തു.

കുറേക്കാലം കഴിഞ്ഞു. അങ്ങനെയിരിക്കെ ഒരുദിവസം ഇവാൻ തന്റെ തോട്ടത്തിൽ ജോലി ചെയ്തുകൊണ്ടിരിക്കുകയായിരുന്നു. അപ്പോ ഴാണ് തന്റെ നേരെ പറന്നു വരുന്ന ഒരു അരയന്നത്തിനെ അയാൾ കണ്ട ത്. മുമ്പ് ഇവാൻ ശുശ്രൂഷിച്ച് സുഖപ്പെടുത്തിയ അരയന്നമായിരുന്നു അത്. ഇവാന്റെ അരികിലെത്തിയപ്പോൾ അരയന്നം തന്റെ കൊക്കിൽ നിന്നും എന്തോ താഴേക്കിട്ടു. എന്നിട്ട് വീണ്ടും ആകാശത്തേക്ക് പറന്നുയർന്ന് അപ്രത്യക്ഷമായി.

തണ്ണിമത്തന്റെ മൂന്ന് വിത്തുകളായിരുന്നു അരയന്നം താഴേക്കിട്ടത്. ഒന്നും മനസിലായില്ലെങ്കിലും ഇവാൻ അവ തന്റെ തോട്ടത്തിൽ കുഴിച്ചി ട്ടു. എന്തൊരത്ഭുതം! അവ അപ്പോൾത്തന്നെ മുളച്ചു. വള്ളികൾ നീണ്ടു.

ഇലകളും പൂക്കളും നിറഞ്ഞു. ഓരോ ചെടിയിലും ഓരോ വമ്പൻ തണ്ണി മത്തനും ഉണ്ടായി.

"അമ്പമ്പോ, എന്തു വലിയ തണ്ണിമത്തൻ!" അത്ഭുതത്തോടെ ഇവാൻ സ്വയം പറഞ്ഞു അയാൾ അവ പറിച്ചെടുത്ത് വീട്ടിലേക്കു കൊണ്ടു പോയി. എന്നിട്ട് അയൽക്കാരോടും സ്നേഹിതന്മാരോടുമെല്ലാം വിവരം പറഞ്ഞു. തണ്ണിമത്തന്റെ വലിപ്പം കണ്ട് അവരെല്ലാം ആശ്ചര്യഭരിതരായി.

ആ തണ്ണിമത്തൻ കൊണ്ടുതന്നെ എല്ലാവരേയും സൽക്കരിക്കാൻ ഇവാൻ തീരുമാനിച്ചു. അയാൾ വലിയൊരു കത്തിയെടുത്ത് ഒരു തണ്ണിമ ത്തൻ രണ്ടായി മുറിച്ചു. വീണ്ടും അത്ഭുതം! രണ്ടായി പിളർന്ന തണ്ണിമ ത്തന്റെ ഉള്ളിൽ നിന്നും അതാ തിളങ്ങുന്ന സ്വർണ നാണയങ്ങൾ പുറ ത്തേക്കു വീഴുന്നു. അവിടെയുള്ളവർക്കെല്ലാം ഇവാൻ കൈ നിറയെ സ്വർണനാണയങ്ങൾ നൽകി. എല്ലാവരും അയാളെ പ്രശംസിച്ചു.

മറ്റു രണ്ട് തണ്ണിമത്തന്റെ ഉള്ളിലും സ്വർണനാണയങ്ങളായിരുന്നു. അതെല്ലാമെടുത്ത് ഇവാനും കുടുംബവും സന്തോഷത്തോടെ ജീവിക്കാൻ തുടങ്ങി.

ഇവാന് കൈവന്ന ഭാഗ്യംകണ്ട് നിക്കൊളായ് അസ്വസ്ഥനായി. അയാ ളുടെ മനസിൽ അസൂയയും അത്യാഗ്രഹവും വളർന്നു. എങ്ങനെയാണ് ഇവാന് മാന്ത്രിക തണ്ണിമത്തന്റെ വിത്തുകൾ ലഭിച്ചത്? രാവും പകലും അയാളുടെ ചിന്ത ഇതായിരുന്നു. ഒരിക്കൽ ഇരിക്കപ്പൊറുതിയില്ലാതെ അയാൾ ഇവാന്റെ അരികിൽച്ചെന്ന് കാര്യങ്ങൾ തിരക്കി. ഇവാനാകട്ടെ സംഭവിച്ചതെല്ലാം അയാളോട് തുറന്നുപറയുകയും ചെയ്തു.

"ഹും! അങ്ങനെ വരട്ടെ. ആ അരയന്നമാണ് ഇവാന്റെ ഭാഗ്യത്തിന് കാരണം." എല്ലാം മനസിലാക്കിയതിനുശേഷം പിറുപിറുത്തുകൊണ്ട് നിക്കൊളായ് തന്റെ വീട്ടിലേക്കു പോയി.

പിറ്റേന്ന് നിക്കൊളായ് തന്റെ തോട്ടത്തിൽ ജോലി ചെയ്യുകയായിരു ന്നു. അപ്പോഴാണ് ഒരു മരത്തിന്റെ താഴത്തെ ചില്ലയിൽ ഒരു അരയന്നം ഇരിക്കുന്നത് അയാൾ കണ്ടത്. അയാൾ ഒരു വടിയെടുത്ത് പതുങ്ങിച്ചെന്ന് ഒറ്റയടി. അടിയേറ്റ് ആ പാവം നിലത്തു വീണു. നിക്കൊളായ് അരയന്ന ത്തിനെ എടുത്ത് വീട്ടിൽ കൊണ്ടുപോയി. ശുശ്രൂഷിക്കാൻ തുടങ്ങി. കുറച്ചു ദിവസങ്ങൾ കഴിഞ്ഞപ്പോൾ അരയന്നം സുഖം പ്രാപിച്ചു. ഒരു ദിവസം അത് ചിറകുകൾ കുടഞ്ഞ് ആകാശത്തേക്ക് പറന്നുയർന്നു. അപ്പോൾ നിക്കൊളായ് ആർത്തിയോടെ വിളിച്ചു പറഞ്ഞു. "ഇനി തണ്ണി മത്തന്റെ വിത്തുകൾ കൊണ്ടുവരണം കേട്ടോ."

കുറച്ചുകാലം കഴിഞ്ഞ് നിക്കൊളായ് തന്റെ തോട്ടത്തിൽ അരയന്ന ത്തേയും നോക്കി നിൽക്കാൻ തുടങ്ങി. അങ്ങനെയിരിക്കെ ഒരു ദിവസം ആ അരയന്നം പ്രത്യക്ഷപ്പെട്ടു. അത് നിക്കൊളായിയുടെ അടുത്തേ ക്കെത്തി കൊക്കിൽ നിന്നും തണ്ണിമത്തന്റെ മൂന്ന് വിത്തുകൾ നിലത്തേ ക്കിട്ടു. എന്നിട്ട് ആകാശത്തേക്കുയർന്ന് അപ്രത്യക്ഷമായി.

"ഹയ്യടാ, കിട്ടിപ്പോയ്..." സന്തോഷത്തോടെ ആർത്തുവിളിച്ച് നിക്കോ ളായ് ആ വിത്തുകൾ അവിടെ കുഴിച്ചിട്ടു. ഉടൻതന്നെ അവ മുളച്ചു. വള്ളി കൾ നീണ്ടു ഇലകളും പൂക്കളും നിറഞ്ഞു. ഓരോ ചെടിയിലും ഓരോ വമ്പൻ തണ്ണിമത്തനുമുണ്ടായി. നിക്കൊളായ് സന്തോഷംകൊണ്ടു മതി മറന്നു. അയാൾ മൂന്ന് തണ്ണിമത്തനും പറിച്ചെടുത്ത് വീട്ടിലേക്ക് കൊണ്ടു പോയി. അയൽക്കാരെയും സ്നേഹിതന്മാരെയും അയാൾ വിളിച്ചില്ല. സ്വർണനാണയങ്ങൾ അവർക്കും കൊടുക്കേണ്ടി വരില്ലേ? വീട്ടിലെത്തിയ ഉടനെ അയാൾ വലിയൊരു കത്തിയെടുത്തു. എന്നിട്ട് ഏറ്റവും വലിയത ണ്ണിമത്തൻ തന്നെയെടുത്ത് രണ്ടായി മുറിച്ചു. പെട്ടെന്ന് അവിടെയൊരു ഹുങ്കാരശബ്ദം ഉയർന്നു. രണ്ടായി പിളർന്ന തണ്ണിമത്തന്റെയുള്ളിൽ നിന്നും ആയിരക്കണക്കിന് കടന്നലുകൾ പുറത്തേക്കു വന്നു. അവ യെല്ലാംകൂടി അയാളെ തലങ്ങും വിലങ്ങും കുത്താൻ തുടങ്ങി. നിക്കൊ ളായ് വേദന കൊണ്ടു പുളഞ്ഞു. ഉറക്കെ കരഞ്ഞുകൊണ്ട് അയാൾ പുറ ത്തേക്കോടി. പിന്നീട് ആ അത്യാഗ്രഹിയെ അവിടെയെങ്ങും ആരും കണ്ടി ട്ടില്ല.

13

കൃഷിക്കാരന്റെ പകൽക്കിനാവ്

ഒരിക്കൽ ഒരു പാവപ്പെട്ട കൃഷിക്കാരൻ വയലിലെ ജോലി കഴിഞ്ഞ് വീട്ടിലേക്ക് പോവുകയായിരുന്നു. അപ്പോഴാണ് വഴിയരികിലെ കുറ്റിച്ചെ ടികൾക്കിടയിൽ കിടന്നുറങ്ങുന്ന ഒരു മുയലിനെ അയാൾ കണ്ടത് കൃഷി ക്കാരന് വലിയ സന്തോഷമായി. അയാൾ സ്വയം പറയാൻതുടങ്ങി.

"ഹയ്യട.. ഇനി എന്റെ ജീവിതം ഒന്നു പച്ചപിടിക്കും. ഞാൻ ഈ മുയലിനെ പിടിച്ച് വിൽക്കും. എന്നിട്ട് ആ പണം കൊണ്ട് ഒരു പന്നിയെ വാങ്ങും. അത് പന്ത്രണ്ട് പന്നിക്കുട്ടികളെ പ്രസവിക്കും. ആ കുട്ടികൾ വളർന്ന് ഓരോന്നും വീണ്ടും പന്ത്രണ്ട് പന്നിക്കുട്ടികളെ പ്രസവിക്കും. അപ്പോൾ ഇഷ്ടംപോലെ പണം കിട്ടും. ആ ഇറച്ചി വിറ്റുകിട്ടുന്ന പണം കൊണ്ട് നല്ലൊരു വീട് പണിയണം. കൃഷിസ്ഥലവും വാങ്ങണം. തൊഴി ലാളികളെ പണിക്കു നിർത്തണം. എന്നിട്ടു വേണം ഒരു കല്യാണം കഴി ക്കാൻ. ഭാര്യ രണ്ട് ആൺകുട്ടികളെ പ്രസവിക്കും. അവർ വളർന്ന് വലിയ കൃഷിക്കാരാവും. അവർ തൊഴിലാളികളെകൊണ്ട് വയലിൽ പണിയെടു പ്പിക്കും. അതും നോക്കിക്കൊണ്ട് ഞാൻ ജനലിനരികിൽ ഇരിക്കും. ഇട ക്കിടെ ഞാൻ ഉറക്കെ വിളിച്ചു പറയും. "ഏയ് കുട്ടികളേ, തൊഴിലാളിക ളെക്കൊണ്ട് കൂടുതൽ പണിയെടുപ്പിക്കരുത്. നമ്മൾ കഷ്ടപ്പെട്ട് ജീവിച്ചവ രാണെന്ന കാര്യം മറക്കരുത് കേട്ടോ.."

കഷ്ടം! കൃഷിക്കാരൻ വളരെ ഉച്ചത്തിലാണ് പറഞ്ഞത്. അതുകൊണ്ട് എന്തുപറ്റിയെന്നോ? മുയൽ ഞെട്ടിപ്പിടഞ്ഞെണീറ്റ് ഒരോട്ടം വെച്ചുകൊടു ത്തു. അത് അതിന്റെ പാട്ടിനു പോയി. പാവം നമ്മുടെ കൃഷിക്കാരൻ കുറേനേരം വിഷണ്ണനായി അവിടെത്തന്നെ നിന്നുപോയി. പിന്നെ സ്വയം ശപിച്ചുകൊണ്ട് അയാൾ വീട്ടിലേക്കു നടന്നു.

14
ഒറ്റക്കാലൻ താറാവ്

സമ്പന്നനായ ഒരു കച്ചവടക്കാരന്റെ പാചകക്കാരനായിരുന്നു നിക്കൊ ളായ്. വലിയ ഒരു തീറ്റപ്രിയനായിരുന്നു അയാൾ. യജമാനന് ഭക്ഷണമു ണ്ടാക്കുമ്പോൾ അതിൽ നിന്നും കുറേയെടുത്ത് നിക്കോളായ് ആദ്യം തന്നെ അകത്താക്കും. കച്ചവടക്കാരൻ എത്ര ചീത്ത പറഞ്ഞാലും അയാൾക്കൊരു കുലുക്കവുമുണ്ടാകാറില്ല.

ഒരിക്കൽ കച്ചവടക്കാരൻ എന്തോ ആവശ്യത്തിന് പട്ടണത്തിലേക്ക് പുറപ്പെട്ടു പോകുന്നതിനു മുൻപ് പാചകക്കാരനെ വിളിച്ച് അയാൾ പറ ഞ്ഞു.

"എടാ, നിക്കൊളായ്, ഞാൻ വരുമ്പോഴേയ്ക്കും മുഴുത്ത ഒരു താറാ വിനെ കറിവെക്കണം. പിന്നൊരു കാര്യം; അതിൽ നിന്നും ഒരു കഷണം പോലും എടുക്കരുത് കേട്ടോ. എടുത്താൽ നിന്റെ തോല് ഞാൻ പൊളി ക്കും..."

കച്ചവടക്കാരൻ പട്ടണത്തിലേക്കുപോയി. നിക്കൊളായ് ഉടനെ വലിയ ഒരു താറാവിനെ കൊണ്ടുവന്നു കറിവെച്ചു. അത് വെന്തുകഴിഞ്ഞപ്പോൾ അയാൾക്ക് കൊതിയടക്കാൻ കഴിഞ്ഞില്ല. പിന്നെന്തുണ്ടായെന്നോ? താറാ വിന്റെ ഒരു കാല് അയാൾ അകത്താക്കി.

കച്ചവടക്കാരൻ തിരിച്ചെത്തി. ഭക്ഷണം കഴിക്കാൻ നേരം പാത്രത്തി ലേക്കു നോക്കിയപ്പോൾ അയാൾ അമ്പരന്നു. താറാവിന്റെ ഒരു കാല് കാണാറില്ല. ദേഷ്യംകൊണ്ട് വിറച്ച് അയാൾ പാചകക്കാരനോട് ചോദിച്ചു.

"എടാ അതിന്റെ ഒരു കാലെവിടെ? നീ തിന്നു അല്ലേ...."

"അയ്യോ... അങ്ങുന്നേ.... ഞാൻ തിന്നതല്ല." പാചകക്കാരൻ കല്ലു വെച്ച ഒരു നുണ പറഞ്ഞു. "ഇത് ഒറ്റക്കാലുള്ള താറാവാണ്..."

"ഹെന്ത്! ഒറ്റക്കാലുള്ള താറാവോ? എടാ കള്ളാ... എന്നെ പറ്റിക്കാ നാണോ നിന്റെ ഭാവം?"

"അല്ല അങ്ങുന്നേ... ഞാൻ പറഞ്ഞത് സത്യമാണ്. ഇപ്പോൾ ഒറ്റ ക്കാലുള്ള താറാവുകൾ കുറേ ഇറങ്ങിയിട്ടുണ്ട്. അങ്ങുന്നിന് സംശയമാ ണെങ്കിൽ എന്റെ കൂടെ കുളക്കരയിലേക്ക് വന്നാട്ടെ. ഞാൻ കാണിച്ചുത രാം..."

അവർ രണ്ടുപേരും കുളക്കരയിലേക്കു നടന്നു. നല്ല ചൂടുള്ള ദിവസ മായിരുന്നു അന്ന്. കുളത്തിൽ കുറേ താറാവുകൾ നീന്തുന്നുണ്ടായിരു ന്നു. കുളക്കരയിൽ ഒറ്റക്കാലിൽ നിൽക്കുന്ന ഒരു താറാവിനെ ചൂണ്ടിക്കാ ണിച്ചുകൊണ്ട് പാചകക്കാരൻ പറഞ്ഞു.

"അങ്ങുന്നേ; ആ താറാവിനെ ഒന്ന് നോക്കിയാട്ടെ... ഞാൻ പറഞ്ഞത് സത്യമാണെന്ന് ബോധ്യമായില്ലേ? അതിന് ഒരു കാലല്ലേയുള്ളൂ...."

കച്ചവടക്കാരൻ അപ്പോൾ താറാവിന്റെ നേരെ നോക്കി ഒച്ചയിട്ടു. അതുകേട്ടു പേടിച്ച് താറാവ് മടക്കിവെച്ച കാല് താഴ്ത്തി ഓടാൻ തുടങ്ങി.

"ഇപ്പോൾ നോക്കെടാ; ആ താറാവിന് രണ്ടുകാലുമില്ലേ?"

കച്ചവടക്കാരൻ പാചകക്കാരനോട് ചോദിച്ചു.

"അങ്ങുന്നിന് ഇത്തരം വിദ്യ അറിയാമായിരുന്നെങ്കിൽ കറിവെക്കു ന്നതിന് മുൻപ് ആ താറാവിനേയും ഒന്ന് പേടിപ്പിച്ചാൽ മതിയായിരുന്നു എങ്കിൽ അതിനും കാല് മുളച്ചേനെ... ഇനി പറഞ്ഞിട്ടെന്താ കാര്യം...!

പാചകക്കാരന്റെ വാക്കുകൾ കേട്ട് കച്ചവടക്കാരൻ പൊട്ടിച്ചിരിച്ചു പോയി.

15

ദൈവത്തിന്റെ പശുക്കൾ

പള്ളിയിൽ പതിവു പ്രാർഥനയ്ക്ക് ശേഷം പുരോഹിതൻ പ്രാർഥി ക്കുകയായിരുന്നു.

"എന്റെ പ്രിയപ്പെട്ട വിശ്വാസികളേ... നിങ്ങളുടെ സമ്പത്തിൽ നിന്നും ഒരു ഓഹരി നിങ്ങൾ ദൈവത്തിനു നൽകുക. അങ്ങനെയാണെങ്കിൽ ദൈവം അത് ആറിരട്ടിയായി നിങ്ങൾക്കുതന്നെ തിരിച്ചു നൽകുന്നതായി രിക്കും. ഉദാഹരണത്തിന് നിങ്ങൾ ഒരു പശുവിനെ ദൈവത്തിനു നൽകി യാൽ ദൈവം ആറ് പശുക്കളെ നിങ്ങൾക്കു നൽകും. പുരോഹിതന്റെ വാക്കുകൾ കേട്ടപ്പോൾ കൃഷിക്കാരനായ ഇവാൻ ഭാര്യയോട് പറഞ്ഞു.

"പുരോഹിതൻ പറഞ്ഞത് നീ കേട്ടില്ലേ അങ്ങനെയാണെങ്കിൽ നമ്മുടെ പുള്ളിപ്പശുവിനെ ദൈവത്തിനു നൽകിയാലോ... പകരം നമുക്ക് ആറുപശുക്കളെ കിട്ടില്ലേ?"

"ശരിയാണ്... നമ്മുടെ പശുക്കളെ ദൈവത്തിനു നൽകാം..." ഭാര്യയും സമ്മതിച്ചു. പിറ്റേന്ന് രാവിലെത്തന്നെ ഇവാൻ തന്റെ പശുവിനേയും കൊണ്ട് പുരോഹിതന്റെ അരികിലെത്തി.

"പിതാവേ; ഇതാ എന്റെ ഒരേ ഒരു പശുവിനെ ഞാൻ ദൈവത്തിനു നൽകുന്നു. ഇതിന് പകരമായി ദൈവം എനിക്ക് ആറ് പശുക്കളെ നൽക ട്ടെ..."

പുരോഹിതന് വലിയ സന്തോഷമായി. അയാൾ പശുവിനെ വാങ്ങി. പിന്നെ തന്റെ പശുക്കളോടൊപ്പം അതിനേയും മേയാൻ വിട്ടു.

വൈകുന്നേരമായപ്പോഴല്ലേ രസം! ഇവാന്റെ പശു അയാളുടെ വീട്ടിൽ തിരിച്ചെത്തി. കൂടെയതാ പുരോഹിതന്റെ അഞ്ച് പശുക്കളും!

ഇവാൻ അടക്കാനാവാത്ത സന്തോഷത്തോടെ ഭാര്യയെ വിളിച്ചു.

"എടീ.... നീയിത് കണ്ടോ? നമ്മുടെ പുരോഹിതൻ പറഞ്ഞതെത്ര ശരിയായി! നമുക്കിതാ ദൈവം ആറ് പശുക്കളെ നൽകിയിരിക്കുന്നു..."

ഇതേ സമയം പുരോഹിതന്റെ സ്ഥിതിയോ പശുക്കളെ കാണാതെ അയാൾ പരിഭ്രമിച്ചു. പലസ്ഥലത്തും തിരഞ്ഞെങ്കിലും അവയെ കണ്ടെ ത്താനായില്ല. ഒടുവിൽ അയാൾ ഇവാന്റെ വീട്ടിലുമെത്തി.

"എന്റെ പശുക്കളെങ്ങാനും ഇങ്ങോട്ട് വന്നിരുന്നോ?" അയാൾ തിരക്കി.

"ഇല്ലല്ലോ. പിതാവേ..." ഇവാൻ വിനയത്തോടെ മറുപടി പറഞ്ഞു.

പക്ഷേ പുരോഹിതന് വിശ്വാസം വന്നില്ല. അയാൾ ഇവാന്റെ തൊഴു ത്തിൽ പോയി നോക്കി. അവിടെ ഇവാന്റെ പശുവിനോടൊപ്പം തന്റെ അഞ്ച് പശുക്കളും പുല്ലു തിന്നുന്നത് അയാൾ കണ്ടു.

കലികയറിയ പുരോഹിതൻ ഇവാനോട് ചോദിച്ചു...

"കള്ളം പറയുന്നോ... ഇതെല്ലാം പിന്നെ ആരുടെ പശുക്കളാണ്?"

"അതെല്ലാം എന്റേതാണ് പിതാവേ.." ഇവാൻ പറഞ്ഞു. "ദൈവം എനിക്കുതന്ന പശുക്കളാണവ. ദൈവത്തിന് എന്തെങ്കിലും നൽകിയാൽ അവനത് ആറെണ്ണമാക്കി തിരിച്ചുനൽകുമെന്ന് ഇന്നലെ അങ്ങ് പറഞ്ഞി രുന്നത് ഓർമയില്ലേ? ഞങ്ങൾ ഒരു പശുവിനെ നൽകിയപ്പോൾ ദൈവം ഞങ്ങൾക്ക് ആറ് പശുക്കളെ തന്നു. പിന്നെ ഇവ എങ്ങനെ അങ്ങയുടെ പശുക്കളാകും? ഇവയെല്ലാം ദൈവത്തിന്റെ പശുക്കളാണ്..."

പുരോഹിതന് ഒന്നും പറയാനുണ്ടായിരുന്നില്ല. വിഷണ്ണനായി അയാൾ തിരിച്ചുപോയി.

16
തൊഴിൽ രക്ഷിച്ചു

ഒരിടത്തൊരു രാജാവുണ്ടായിരുന്നു. വളരെ നല്ലവനും നീതിമാനു മായിരുന്നു അദ്ദേഹം. തന്റെ പ്രജകളുടെ ജീവിതമെങ്ങനെയെന്നറിയു ന്നതിനു വേണ്ടി ഇടയ്ക്കിടെ അദ്ദേഹം വേഷപ്രച്ഛന്നനായി നടക്കുമായി രുന്നു...

ഒരിക്കൽ അത്തരമൊരു യാത്രക്കിടയിൽ ഒരു ഗ്രാമത്തിലെത്തിയ രാജാവ് അവിടെ അതിസുന്ദരിയായ ഒരു പെൺകുട്ടിയെ കണ്ടു. അവളെ വിവാഹം കഴിക്കാൻ അദ്ദേഹം ആഗ്രഹിച്ചു. അതിൻപ്രകാരം പിറ്റേന്ന് ആ പെൺകുട്ടിയുടെ അച്ഛനെ അദ്ദേഹം കൊട്ടാരത്തിലേക്ക് വിളിപ്പിച്ചു. പാവപ്പെട്ട ഒരു കൃഷിക്കാരനായിരുന്നു അയാൾ. രാജാവിന്റെ ആഗ്രഹം കേട്ടപ്പോൾ അയാൾക്ക് അത്യധികമായ സന്തോഷമുണ്ടായി.

പക്ഷേ പെൺകുട്ടി അത് കേട്ടപ്പോൾ പറഞ്ഞതെന്താണെന്നോ?

"രാജാവിനെ വിവാഹം കഴിക്കാൻ എനിക്ക് ഇഷ്ടമൊക്കെയാണ്. പക്ഷേ അദ്ദേഹത്തിന് എന്തെങ്കിലും ജോലിയുണ്ടോ?

"നമ്മെയെല്ലാം ഭരിക്കുകയെന്നതാണ് രാജാവിന്റെ ജോലി.." അച്ഛൻ പറഞ്ഞു. പക്ഷേ പെൺകുട്ടി സമ്മതിച്ചില്ല. അവൾ തീർത്തു പറഞ്ഞു. "അത് പറ്റില്ല. എന്റെ ഭർത്താവിന് എന്തെങ്കിലുമൊരു തൊഴിൽ അറി ഞ്ഞിരിക്കണം."

രാജാവ് ഇതറിഞ്ഞു. അദ്ദേഹത്തിന് പക്ഷേ ദേഷ്യമോ നിരാശയോ തോന്നിയില്ല. പെൺകുട്ടി പറഞ്ഞതിൽ കാര്യമുണ്ടെന്നു അദ്ദേഹത്തിന് മനസിലായി. ഒരു തൊഴിൽ പഠിക്കണമെന്നുതന്നെ രാജാവ് നിശ്ചയിച്ചു. അതിൻപ്രകാരം പരവതാനിയുണ്ടാക്കുന്നത് അദ്ദേഹം പഠിക്കാൻ തുട ങ്ങി. കുറച്ചുകാലത്തിനുള്ളിൽത്തന്നെ ആ തൊഴിലിൽ രാജാവ് നിപുണ

നായി. അതിനുശേഷം അദ്ദേഹം കൃഷിക്കാരന്റെ പുത്രിയെ വിവാഹം കഴിച്ചു. അവർ സുഖമായി ജീവിക്കാൻ തുടങ്ങി.

കുറച്ചുവർഷങ്ങൾ കഴിഞ്ഞു. അങ്ങനെയിരിക്കെ ഒരിക്കൽ പതിവു പോലെ രാജാവ് വേഷപ്രച്ഛന്നനായി സഞ്ചരിക്കുകയായിരുന്നു. വിജന മായ ഒരു സ്ഥലത്തെത്തിയപ്പോൾ കുറെ കൊള്ളക്കാർ അദ്ദേഹത്തെ പിടികൂടി. ആളാരാണെന്ന് മനസിലാകാതെ അവർ അദ്ദേഹത്തെ ഭീഷ

ണിപ്പെടുത്താൻ തുടങ്ങി. "കൈയിലുള്ളതെല്ലാം വേഗം എടുക്ക്. അല്ലെ
ങ്കിൽ കൊന്നുകളയും..." തന്റെ കൈയിലൊന്നുമില്ലെന്നും, പക്ഷേ തനിക്ക്
മനോഹരമായ പരവതാനികൾ നിർമിക്കാനറിയാമെന്നും രാജാവ് പറഞ്ഞു.
അതു കേട്ടപ്പോൾ കൊള്ളത്തലവൻ അനുയായികളോട് നിർദേശിച്ചു.
"എന്നാൽ നമുക്കിവനെ കൊല്ലേണ്ട. ഇവനെ ഏതെങ്കിലും വ്യാപാരിക്ക്
വിൽക്കാം നമുക്ക് നല്ല വില കിട്ടുകയും ചെയ്യും..."

അങ്ങനെ അവർ രാജാവിനെ ഒരു വ്യാപരിക്ക് വിറ്റു. വ്യാപാരി അദ്ദേ
ഹത്തെ തന്റെ വീട്ടിനുള്ളിലെ നിലവറയ്ക്കുള്ളിൽ പൂട്ടിയിട്ടു. എന്നിട്ട്
കുറേ പരവതാനികളുണ്ടാക്കാൻ ആവശ്യപ്പെട്ടു.

രാജാവ് മനോഹരമായ പരവതാനികളുണ്ടാക്കി. വ്യാപാരി അവ വിറ്റ്
ധാരാളം പണം സമ്പാദിച്ചു. അത്രയും നല്ല പരവതാനികൾ അതുവരെ
ആരും നിർമിച്ചിട്ടുണ്ടായിരുന്നില്ല.

"നല്ലൊരു പരവതാനി കൊട്ടാരത്തിൽ കൊണ്ടുപോയി കൊടുക്കാം.
എന്നാൽ നല്ല വിലയും കിട്ടും. സമ്മാനങ്ങളും കിട്ടും..." ഇങ്ങനെ ചിന്തിച്ച
വ്യാപാരി നിലവറയ്ക്കുള്ളിലെത്തി രാജാവിനോട് പറഞ്ഞു. "എടോ, ഇതു
വരെ ആരും കണ്ടിട്ടില്ലാത്ത വിധം അതിമനോഹരമായ ഒരു പരവതാനി
ഉടനെയുണ്ടാക്കണം... കൊട്ടാരത്തിലേക്കുള്ളതാണ്... വേഗം വേണം..."

രാജാവ് ഉടനെ വലിയൊരു പരവതാനിയുണ്ടാക്കാൻ തുടങ്ങി. അതു
വരെയുണ്ടാക്കിയിട്ടുള്ള പരവതാനികളിൽവെച്ച് ഏറ്റവും മനോഹര
മായിരുന്നു അത്. അതിന്റെ ഒരു മൂലയിലായി രാജാവ് തന്റെ പേരും
തുന്നിച്ചേർത്തു. എന്നിട്ടത് വ്യാപാരിയെ ഏൽപ്പിച്ചു.

വ്യാപാരിക്ക് സന്തോഷമായി അയാൾ ആ പരവതാനി കൊട്ടാര
ത്തിൽ കൊണ്ടുചെന്ന് രാജ്ഞിക്കു കൊടുത്തു.

രാജാവിനെ കാണാതെ വിഷമിച്ചിരിക്കുകയായിരുന്ന രാജ്ഞി മനോ
ഹരമായ ആ പരവതാനി കണ്ടപ്പോൾ അത്ഭുതപ്പെട്ടു.

"ഇത്ര മനോഹരമായ പരവതാനി ആരാണുണ്ടാക്കിയത്?" രാജ്ഞി
വ്യാപാരിയോട് ചോദിച്ചു.

"അടിയനാണ് മഹാറാണി... ഇതുപോലെയുള്ള അനേകം പരവ
താനികൾ അടിയൻ ഉണ്ടാക്കാറുണ്ട്." വ്യാപാരി കല്ലുവെച്ച ഒരു നുണ
പറഞ്ഞു.

രാജ്ഞി ആ പരവതാനിയെടുത്ത് തിരിച്ചും മറിച്ചും നോക്കി. പെട്ടെ
ന്നാണ് അതിന്റെ ഒരു മൂലയിൽ രാജാവിന്റെ പേര് തുന്നിപ്പിടിപ്പിച്ചത് അവ
ളുടെ കണ്ണിൽപ്പെട്ടത്.

"ഹും... കള്ളം പറയുന്നോ.... ഇതുണ്ടാക്കിയ ആളെ ഉടനെ നമ്മുടെ
മുന്നിൽ ഹാജരാക്കൂ... അല്ലെങ്കിൽ തനിക്ക് വധശിക്ഷയായിരിക്കും കിട്ടു
ക..."

വ്യാപാരി പേടിച്ചു വിറച്ചു. അപ്പോൾ സത്യമെല്ലാം തുറന്നുപറഞ്ഞു. ഉടൻ തന്നെ രാജഭടന്മാർ അയാളുടെ വീട്ടിലെത്തി നിലവറയ്ക്കുള്ളിൽ നിന്നും രാജാവിനെ മോചിപ്പിച്ചു.

"പ്രിയേ; സത്യത്തിൽ നീയാണെന്റെ ജീവൻ രക്ഷിച്ചത്, നീ പറ ഞ്ഞതനുസരിച്ച് ഒരു തൊഴിൽ പഠിച്ചതുകൊണ്ടാണ് എനിക്ക് രക്ഷപ്പെ ടാനായത്.."

തൊഴിലിന്റെ മഹാത്മ്യത്തെക്കുറിച്ച് മനസിലായ രാജാവ് അന്നു തന്നെ ഒരു വിളംബരം പുറപ്പെടുവിച്ചു. തന്റെ പ്രജകൾ ഏതെങ്കിലും ഒരു തൊഴിലെങ്കിലും പഠിച്ചിരിക്കണമെന്ന്.

17
രണ്ടു കലപ്പകൾ

പണ്ട് റഷ്യയിൽ ഒരു ഗ്രാമത്തിലെ പണിപ്പുരയിൽ രണ്ടു കലപ്പക ളുണ്ടായിരുന്നു. രണ്ടിനും ഒരേ ആകൃതിയും വലിപ്പവുമുണ്ടായിരുന്നു.

കുറച്ചുദിവസങ്ങൾ കഴിഞ്ഞപ്പോൾ ഈ കലപ്പകൾ വിൽക്കപ്പെട്ടു. ഒരു കലപ്പ വാങ്ങിയത് ഗ്രാമത്തിലെ കർഷകനും രണ്ടാമത്തെ കലപ്പ വാങ്ങിയത് ഒരു കച്ചവടക്കാരനുമായിരുന്നു.

കർഷകൻ വാങ്ങിയ കലപ്പയ്ക്ക് ദിവസവും കഠിനമായി അധ്വാനി ക്കേണ്ടിവന്നു. എന്നും അതിരാവിലെ മുതൽ സന്ധ്യവരെ കൃഷിക്കാരന്റെ കൂടെ അത് വയലിൽ ജോലി ചെയ്തു. മഞ്ഞും മഴയും വെയിലും കാര്യ മാക്കാതെ അധ്വാനിയായ തന്റെ യജമാനന്റെകൂടെ ജോലി ചെയ്യുവാൻ ആ കലപ്പയ്ക്ക് യാതൊരു മടിയുമുണ്ടായിരുന്നില്ല. കച്ചവടക്കാരൻ വാങ്ങിയ കലപ്പയ്ക്കാകട്ടെ യാതൊരു ജോലിയും ചെയ്യാനുണ്ടായിരുന്നി ല്ല. കച്ചവടക്കാരന്റെ കടയിലെ ഒരിരുണ്ട മൂലയിൽ അലസമായി കിടന്ന് അത് ദിവസങ്ങൾ തള്ളിനീക്കി.

വർഷങ്ങൾ കുറേകഴിഞ്ഞു. അങ്ങനെയിരിക്കെ ഒരു ദിവസം ഈ രണ്ട് കലപ്പകളും തികച്ചും അപ്രതീക്ഷിതമായി പരസ്പരം കണ്ടുമുട്ടാ നിടയായി. കർഷകന്റെ കലപ്പ കച്ചവടക്കാരന്റെ കലപ്പയേക്കാൾ സുന്ദര നായിരുന്നു. അതിന്റെ ശരീരം വെള്ളിപോലെ വെട്ടിത്തിളങ്ങിയിരുന്നു. കച്ചവടക്കാരന്റെ കലപ്പയേക്കാൾ കൂടുതൽ ശോഭയും മിനുമിനുപ്പും ഉന്മേ ഷവും കർഷകന്റെ കലപ്പയ്ക്കുണ്ടായിരുന്നു.

കച്ചവടക്കാരന്റെ കലപ്പയാകട്ടെ യാതൊരു ജോലിയും ചെയ്യാതെ കടയിൽ അലസനായി കിടക്കുകയായിരുന്നതിനാൽ അതിന്റെ തിളക്കവും ചുറുചുറുക്കുമെല്ലാം നഷ്ടപ്പെട്ടിരുന്നു. മാത്രമല്ല അതിന്റെ ശരീരത്തിന്റെ പല ഭാഗങ്ങളും തുരുമ്പെടുത്തു തുടങ്ങിയിരുന്നു.

കർഷകന്റെ കലപ്പയുടെ തിളക്കവും ചുറുചുറുക്കും കണ്ട് കച്ചവട
ക്കാരന്റെ കലപ്പ അത്ഭുതപ്പെട്ടു.

"സ്നേഹിതാ, നീയിപ്പോൾ എന്നേക്കാൾ സുന്ദരനായിരിക്കുന്നല്ലോ.
എന്തൊരു തിളക്കവും ചുറുചുറുക്കുമാണ് നിനക്ക്! ഞാനാണെങ്കിൽ തുരു
മ്പുപിടിച്ച് ആകെ വിരൂപനായിരിക്കുന്നു. മെല്ലെയൊന്ന് ചലിക്കുമ്പോ
ഴേക്കും എന്റെ ശരീരമാസകലം വേദനിക്കുകയും ചെയ്യുന്നു. എന്താണ്
സ്നേഹിതാ ഇതിന്റെ രഹസ്യം?" കച്ചവടക്കാരന്റെ കലപ്പയുടെ ചോദ്യം
കേട്ട് കർഷകന്റെ കലപ്പ പുഞ്ചിരിച്ചു. അത് പറഞ്ഞു "ഞാൻ ദിവസവും
എന്റെ യജമാനന്റെ കൂടെ അധ്വാനിക്കുന്നു. അതുകൊണ്ട് എനിക്ക് മുമ്പ
ത്തേക്കാൾ ശക്തിയും ചുറുചുറുക്കും സൗന്ദര്യവും വർധിച്ചിരിക്കുന്നു.
നീയാണെങ്കിൽ നിന്റെ യജമാനന്റെ കടയിൽ ഒരു ജോലിയും ചെയ്യാതെ
അലസനായി കഴിയുന്നു. അതുകൊണ്ട് നിനക്കുണ്ടായിരുന്ന ശക്തിയും
സൗന്ദര്യവും ചുറുചുറുക്കുമെല്ലാം നഷ്ടപ്പെടുകയും ചെയ്തു. ഏതൊ
രാളും ഒരു ജോലിയും ചെയ്യാതെ മടിയനായി കഴിഞ്ഞാൽ അവന്റെ ഗുണ
ങ്ങളും കഴിവുകളും നശിക്കും. അവൻ പിന്നെ മരിച്ചതിനു തുല്യമാണ്.
നമ്മുടെ ശക്തിയും ബുദ്ധിയും നാം വിവേകത്തോടെ ഉപയോഗിക്കണം.
അങ്ങനെയാണെങ്കിൽ നാമെന്നും സന്തുഷ്ടരായിരിക്കും. അതോടൊപ്പം
നാം ആരോഗ്യവാന്മാരും സുന്ദരന്മാരുമായിരിക്കും. കർഷകന്റെ കലപ്പ
യുടെ വാക്കുകൾ കേട്ട് കച്ചവടക്കാരന്റെ കലപ്പ ചിന്തിച്ചു. ഏതെങ്കിലും
കർഷകൻ എന്നേയും വാങ്ങിക്കൊണ്ടുപോയി ജോലി ചെയ്യിച്ചിരുന്നെ
ങ്കിൽ...

18
മിറാലിയുടെ കഥ

ഒരിടത്ത് വൃദ്ധയായ ഒരു അലക്കുകാരി ഉണ്ടായിരുന്നു. അവരുടെ ഏകമകനായിരുന്നു മിറാലി. വസ്ത്രങ്ങൾ അലക്കിക്കിട്ടുന്ന തുച്ഛമായ പണം കൊണ്ടാണ് അവർ കഴിഞ്ഞിരുന്നത്.

അങ്ങനെ കാലം കുറെ കഴിഞ്ഞു. വൃദ്ധ അസുഖം ബാധിച്ച് കിടപ്പിലായി. അവർ മകനെ അരികിൽ വിളിച്ച് ഇങ്ങനെ പറഞ്ഞു.

"മോനേ എനിക്ക് തീരെ വയ്യ. ഇനി മുതൽ നീ എന്തെങ്കിലും ജോലി ചെയ്യണം. അല്ലെങ്കിൽ നമ്മൾ പട്ടിണി കിടക്കേണ്ടി വരും."

അതിനെ തുടർന്ന് മിറാലി ജോലി തേടിയിറങ്ങി. കുറേനടന്ന് അവൻ മറ്റൊരു ഗ്രാമത്തിലെത്തി. അവിടുത്തെ ഏറ്റവും ധനികനായ ഒരു കച്ചവടക്കാരനെക്കണ്ട് തനിക്കൊരു ജോലി നൽകണമെന്ന് അവൻ അപേക്ഷിച്ചു. കച്ചവടക്കാരൻ മിറാലിയെ തന്റെ ജോലിക്കാരനായി നിയോഗിച്ചു.

പിറ്റേദിവസം രാവിലെ കച്ചവടക്കാരൻ മിറാലിയെ വിളിച്ച് നാലഞ്ച് ചാക്കുകളും ഒരു മൃഗത്തോലും കൊണ്ടുവരാൻ ആവശ്യപ്പെട്ടു. അതനു സരിച്ച് മിറാലി അവയെല്ലാം കൊണ്ടുവന്നു. കച്ചവടക്കാരൻ അവ ഒരൊ ട്ടകത്തിന്റെ പുറത്തെടുത്തുവച്ചു. മറ്റൊരു ഒട്ടകത്തിന്റെ പുറത്ത് അയാളും കയറി; എന്നിട്ട് മിറാലിയെയും കൂട്ടി യാത്രയായി.

ഏറെ നേരത്തെ യാത്രയ്ക്കു ശേഷം അവർ വലിയ ഒരു മലയുടെ ചുവട്ടിലെത്തി. കച്ചവടക്കാരൻ ഒട്ടകപ്പുറത്തുനിന്നും ഇറങ്ങി മൃഗത്തോ ലെടുത്ത് നിലത്തുവിരിച്ചു. എന്നിട്ട് മിറാലിയോട് അതിൽ കിടക്കാൻ ആവ ശ്യപ്പെട്ടു. അവൻ അതിൽ കിടന്നയുടനെ കച്ചവടക്കാരൻ ആ തോല് ചുരുട്ടിവെച്ചു. എന്നിട്ട് ഓടിപ്പോയി ഒരു മരത്തിന്റെ ചുവട്ടിൽ ഒളിച്ചിരുന്നു.

മിറാലിക്ക് ഒന്നും മനസിലായില്ല. എങ്കിലും ഇനി എന്താണുണ്ടാ വുക എന്ന ആകാംക്ഷയിൽ അവൻ തോൽച്ചുരുളിനുള്ളിൽ അനങ്ങാതെ കിടന്നു.

കുറച്ചുനേരം കഴിഞ്ഞപ്പോൾ ഭീമാകാരനായ ഒരു പക്ഷി അവിടേക്ക് പറന്നു വന്നു. അത് മിറാലി കിടന്നിരുന്ന തോൽ ചുരുൾ എടുത്ത് ആ വലിയ മലയുടെ മുകളിൽ കൊണ്ടുപോയി വെച്ചു. എന്നിട്ടത് മാന്തിപ്പൊ ളിക്കാൻ തുടങ്ങി. എന്നാൽ അതിനുള്ളിൽ മിറാലിയെ കണ്ടപ്പോൾ ആ പക്ഷി പേടിച്ച് പറന്നുപോയി...

മലമുകളിൽ നിന്നും മിറാലി താഴേക്ക് നോക്കി. താഴെ കച്ചവടക്കാ രൻ നിൽക്കുന്നുണ്ടായിരുന്നു. അയാൾ മിറാലിയോട് വിളിച്ചു പറഞ്ഞു.

"മിറാലി കാൽചുവട്ടിലെ മിന്നുന്ന കല്ലുകളെല്ലാം വേഗം പെറുക്കി താഴേക്കിട്ടുതാ..."

അപ്പോഴാണ് മിറാലി തന്റെ കാൽച്ചുവട്ടിലേക്കു നോക്കിയത്. അവന് തന്റെ കണ്ണുകളെ വിശ്വസിക്കാനായില്ല. നാനാ വർണത്തിൽ തിളങ്ങുന്ന അനേകം രത്നക്കല്ലുകളുടെ നടുവിലായിരുന്നു അവൻ.

അവൻ ഉടൻ തന്നെ ആ രത്നക്കല്ലുകൾ പെറുക്കിയെടുത്ത് താഴേ ക്കെറിഞ്ഞു. കച്ചവടക്കാരൻ അവയെല്ലാം ചാക്കിൽ നിറയ്ക്കാനും തുടങ്ങി. ചാക്കുകളെല്ലാം നിറഞ്ഞപ്പോൾ അയാൾ അവയെടുത്ത് ഒട്ടക പ്പുറത്തു വച്ചു. അപ്പോൾ മിറാലി അയാളോട് ഉറക്കെ വിളിച്ചു ചോദിച്ചു. "അങ്ങുന്നേ... ഞാനെങ്ങനെയാണ് താഴേക്കു വരിക?" അതുകേട്ട കച്ച വടക്കാരൻ പറഞ്ഞതെന്താണെന്നോ?

"അതൊന്നും എനിക്കറിയില്ല. നീ തന്നെ നിന്റെ വഴി കണ്ടുപിടി ച്ചോ. അല്ലെങ്കിൽ അവിടെ കിടന്ന് ചാക്. ഞാൻ പോകുന്നു. എനിക്ക് വേറെ പണിയുണ്ട്.

പാവം മിറാലി. അവനാകെ പരിഭ്രമിച്ചു. വളരെ ഉയരമുള്ള ഒരു മല യായിരുന്നു അത്. ചുറ്റും ചെങ്കുത്തായ ഇറക്കവും. തനിക്കിനി ഒരിക്കലും രക്ഷപ്പെടാനാവില്ലെന്ന് അവനു തോന്നി. കുറച്ചപ്പുറത്തായി കുറേ അസ്ഥി കൂടങ്ങൾ കിടന്നിരുന്നു. ക്രൂരനായ കച്ചവടക്കാരൻ മുമ്പ് കൊണ്ടുവന്ന ജോലിക്കാരുടെ അസ്ഥികൂടങ്ങളായിരുന്നു അവ. കുറച്ചുകാലം കഴിയു മ്പോൾ താനും ഇവിടെക്കിടന്ന് മരിച്ച് അസ്ഥികൂടമായി തീരുമെന്ന് അവന് മനസിലായി.

പെട്ടെന്നാണ് അവൻ വലിയ ഒരു ചിറകടിയൊച്ച കേട്ടത്. അമ്പര പ്പോടെ അവൻ ആകാശത്തേക്കു നോക്കി. വലിയ ഒരു കഴുകൻ തന്റെ നേരെ പറന്നുവരുന്നത് അവൻ കണ്ടു. തന്നെ ആക്രമിക്കാനാണ് അവന്റെ വരവെന്ന് മിറാലിക്ക് മനസിലായി. പെട്ടെന്ന് അവനൊരു ഉപായം തോന്നി. കഴുകൻ അരികിലെത്തിയ ഉടനെ മിറാലി അതിന്റെ കാലുകളിൽ കയ

റിപ്പിടിച്ചു. കഴുകൻ വെപ്രാളത്തോടെ കാലുകൾ കുടഞ്ഞെങ്കിലും മിറാലി പിടിവിട്ടില്ല. അവസാനം അത് അവനെയും കൊണ്ട് പറക്കാൻ തുടങ്ങി. കുറേദൂരം അങ്ങനെ പറന്നപ്പോൾ കഴുകൻ തളർന്നു. അത് താഴ്ന്നു പറക്കാൻ തുടങ്ങി. പറ്റിയ ഒരു സ്ഥലം കണ്ടപ്പോൾ മിറാലി കഴുകന്റെ കാലുകളിലെ പിടിവിട്ട് താഴേക്കു ചാടി.

അങ്ങനെ അവൻ ഒരുവിധം മരണത്തിൽ നിന്നും രക്ഷപ്പെട്ടു.

ദുഷ്ടനും അത്യാഗ്രഹിയുമായ ആ കച്ചവടക്കാരനെ ഒരു പാഠം പഠി പ്പിക്കണമെന്ന് മിറാലി തീരുമാനിച്ചു. അതിൻ പ്രകാരം വേഷപ്രച്ഛന്നനായി അവൻ അയാളുടെ അരികിലെത്തി. തനിക്കെന്തെങ്കിലും ജോലിതരണ മെന്ന് അവൻ കച്ചവടക്കാരനോട് അപേക്ഷിച്ചു. തന്റെമുന്നിൽ നിൽക്കു ന്നത് മിറാലിയാണെന്നറിയാതെ കച്ചവടക്കാരൻ അവനെ തന്റെ ജോലി ക്കാരനായി നിയമിക്കുകയും ചെയ്തു.

പിറ്റേദിവസം മുമ്പത്തെപ്പോലെ വലിയ ഒരു മൃഗത്തോലും നാല ഞ്ചുചാക്കുകളുമായി അവർ ഒട്ടകപ്പുറത്ത് യാത്ര പുറപ്പെട്ടു. മലയുടെ ചുവട്ടിലെത്തിയപ്പോൾ കച്ചവടക്കാരൻ തോലെടുത്ത് നിലത്തുവിരിച്ചു. എന്നിട്ട് അതിൽ കയറി കിടക്കാൻ മിറാലിയോടാവശ്യപ്പെട്ടു. "അങ്ങു ന്നേ, എങ്ങനെയാണ് അതിൽ കിടക്കേണ്ടതെന്ന് ആദ്യമൊന്ന് കാണിച്ചു തന്നാട്ടെ." മിറാലി ഒന്നും അറിയാത്തവനെപ്പോലെ ചോദിച്ചു. "ഇതാ... ഇങ്ങനെ.... എന്നും പറഞ്ഞ് കച്ചവടക്കാരൻ ആ തോലിൽ കയറിക്കിട ന്നു. ഉടനെ മിറാലി അയാളെ തോലിൽ ചേർത്തു വരിഞ്ഞുകെട്ടി. എന്നിട്ട് വലിയ ഒരു മരത്തിന്റെ ചുവട്ടിൽ ഒളിച്ചിരുന്നു.

അപ്പോഴേക്കും എവിടെനിന്നോ ഭീമാകാരനായ ഒരു പക്ഷി അവി ടേക്കു പറന്നുവന്നു അത് ആ തോൽച്ചുരുൾ എടുത്ത് മലയുടെ ഉച്ചിയിൽ കൊണ്ടുപോയി വെച്ചു. എന്നിട്ടത് മാന്തിപ്പൊളിക്കാൻ തുടങ്ങി. അതിനു ള്ളിൽ ഒരു മനുഷ്യനെ കണ്ടപ്പോൾ പക്ഷി പേടിച്ചു പറന്നുപോയി.

കച്ചവടക്കാരൻ പേടിച്ചുവിറച്ചുകൊണ്ട് ചുറ്റും നോക്കി. അപ്പോൾ താഴെ നിന്നും മിറാലി വിളിച്ചു പറഞ്ഞു.

"അങ്ങുന്നേ, വേഗം അവിടെയുള്ള രത്നക്കല്ലുകൾ പെറുക്കി ഇങ്ങോ ട്ടെറിഞ്ഞു തരൂ. മുമ്പ് ഞാൻ നിങ്ങൾക്കെറിഞ്ഞു തന്നതുപോലെ.."

അപ്പോഴാണ് അത് മിറാലിയാണെന്ന് കച്ചവടക്കാരന് മനസിലായ ത്. അയാൾ അമ്പരപ്പോടെ അവനോടു ചോദിച്ചു.

"മിറാലീ; നീയെങ്ങനെയാണ് രക്ഷപ്പെട്ടത്? എന്നേയും വേഗം രക്ഷ പ്പെടുത്തു. അല്ലെങ്കിൽ ഞാൻ ഇവിടെ കിടന്ന് ചത്തുപോകും.

"വഴിയൊക്കെ ഞാൻ പറഞ്ഞുതരാം... ആദ്യം രത്നക്കല്ലുകൾ പെറുക്കി ഇങ്ങോട്ടെറിഞ്ഞു തരൂ. മിറാലി ആവശ്യപ്പെട്ടു.

കച്ചവടക്കാരൻ ഉടനെ രത്നക്കല്ലുകൾ പെറുക്കി താഴേക്കെറിഞ്ഞു കൊടുത്തു. മിറാലി അവയൊക്കെ ചാക്കുകളിൽ നിറച്ചു. അവ ഒട്ടകപ്പുറ ത്തെടുത്തുവെച്ചതിനുശേഷം മുകളിലേക്കു നോക്കി മിറാലി ഉറക്കെ പറ ഞ്ഞു.

"മുമ്പ് നിന്റെ ചതിയിൽകുടുങ്ങിമരിച്ചവരുടെ അസ്ഥികൂടങ്ങളാണ് അവിടെയുള്ളത്. രക്ഷപ്പെടാനുള്ള വഴി അവയോട് ചോദിക്ക്. രത്നക്ക ല്ലുകൾ നിറച്ച ചാക്കുകളുമായി മിറാലി അവിടെനിന്നും പോയി.

ക്രൂരനായ കച്ചവടക്കാരനെ പിന്നീടാരും കണ്ടില്ല.

19

പകരത്തിനു പകരം

വീട്ടുസാധനങ്ങൾ വാങ്ങാനായി പട്ടണത്തിലെത്തിയതായിരുന്നു ഫ്ര്യോദർ. പെട്ടെന്നാണ് ചറപറാന്ന് മഴപെയ്യാൻ തുടങ്ങിയത്. മഴ നനയാ തിരിക്കാൻ അയാൾ അടുത്തുകണ്ട ഒരു സത്രത്തിന്റെ വരാന്തയിലേക്ക് ഓടിക്കയറി.

സത്രത്തിനുള്ളിൽ നല്ല തിരക്കായിരുന്നു. എല്ലാവരും ഭക്ഷണം കഴി ക്കുകയായിരുന്നു. സ്വാദേറിയ വിഭവങ്ങളുടെ കൊതിപ്പിക്കുന്ന മണം പുറ ത്തേക്കൊഴുകിയിരുന്നു.

കുറേ കഴിഞ്ഞപ്പോൾ മഴ മാറി. ഫ്ര്യോദർ പുറത്തേക്കിറങ്ങാൻ തുട ങ്ങി. അപ്പോഴാണ് അപ്രതീക്ഷിതമായ ഒരു കാര്യമുണ്ടായത്. സത്രം ഉട മസ്ഥൻ ഓടിവന്ന് ഫ്ര്യോദറിനെ തടഞ്ഞു കൊണ്ട് പറഞ്ഞു.

"പോകാൻ വരട്ടെ... ആദ്യം പണം താ.."

"ങ്ങേ, പണമോ? എന്തിന്? ഞാനിവിടെനിന്ന് ഒന്നും കഴിച്ചിട്ടില്ലല്ലോ... പിന്നെന്തിനാ പണം തരുന്നത്?'

ഫ്ര്യോദർ ആശ്ചര്യത്തോടെ ചോദിച്ചു.

"കഴിച്ചില്ലെങ്കിലെന്താ... ഇവിടുത്തെ ഭക്ഷണങ്ങളുടെ മണവും ആസ്വ ദിച്ച് നിൽക്കുകയായിരുന്നില്ലേ? അതുതന്നെ കാരണം... വേഗം പണം താ.."

സത്രം ഉടമസ്ഥൻ പരുക്കൻ സ്വരത്തിൽ പറഞ്ഞു.

"പക്ഷേ ഞാനവയൊന്നും കഴിച്ചിട്ടില്ലല്ലോ. അവ ഒന്ന് കാണുക പോലും ചെയ്തില്ല."

ഫ്ര്യോദർ വാദിച്ചു നോക്കിയെങ്കിലും സത്രം ഉടമസ്ഥൻ വഴങ്ങിയില്ല. പണം നൽകാതെ ഫ്ര്യോദറിനെ വിടില്ലെന്ന് അയാൾ തീർത്തുപറഞ്ഞു.

അയാളോട് തർക്കിച്ചിട്ടു കാര്യമില്ലെന്ന് ഫ്ര്യോദറിന് മനസിലായി.

"ഇയാളെ അങ്ങനെ വിട്ടാൽ പറ്റില്ല..." അവൻ മനസിൽ പറഞ്ഞു.

"ശരി... എന്നാലങ്ങനെയാകട്ടെ.." അങ്ങനെ പറഞ്ഞുകൊണ്ട് ഫ്യോദർ തന്റെ പണസഞ്ചി പുറത്തെടുത്തു.

അതുകൊണ്ട് സത്രം ഉടമസ്ഥൻ ഉള്ളാലെ ചിരിച്ചു. ഈ വിഡ്ഢി യുടെ കൈയിലെ പണം മുഴുവൻ തട്ടണം. അയാൾ കരുതി.

ഫ്യോദർ പണ സഞ്ചി സത്രം ഉടമസ്ഥന്റെ നേരെ കുലുക്കിക്കാണി ച്ചു. "കേട്ടില്ലേ... പണം കിലുങ്ങുന്നത് കേട്ടില്ലേ?" അവൻ ചോദിച്ചു.

"കേട്ടു, കേട്ടു..." അടക്കാനാവാത്ത സന്തോഷത്തോടെ സത്രം ഉട മസ്ഥൻ പറഞ്ഞു. ആ പണം മുഴുവൻ ഇപ്പോൾ തന്റെ സ്വന്തമാവുമെന്ന് അയാൾ വിചാരിച്ചു.

"ഇപ്പോഴെല്ലാം ശരിയായി... ഞാൻ നിങ്ങളുടെ ഭക്ഷണത്തിന്റെ മണം ആസ്വദിച്ചു. പകരം നിങ്ങളെന്റെ പണത്തിന്റെ കിലുക്കവും കേട്ടു. അപ്പോൾ രണ്ടും തുല്യമായി... ഇനി തർക്കം വേണ്ടല്ലോ..."

അങ്ങനെ പറഞ്ഞ് ഒരു മൂളിപ്പാട്ടുമായി ഫ്യോദർ പുറത്തേക്കിറങ്ങി.

സത്രം ഉടമസ്ഥൻ ഇളിഭ്യനായി കുറേനേരം അങ്ങനെത്തന്നെ നിന്നു പോയി.

20
മഴുവിൽ നിന്നും സൂപ്പ്!...

ഒരിക്കൽ ഒരു സഞ്ചാരി തന്റെ യാത്രയ്ക്കിടയിൽ ഒരു ഗ്രാമത്തി ലെത്തിച്ചേർന്നു വിശപ്പും ദാഹവും മൂലം അയാളാകെ പരവശനായിരു ന്നു. അടുത്തെങ്ങും സത്രമോ ഭോജനശാലയോ ഉണ്ടായിരുന്നില്ല. അതി നാൽ അയാൾ അടുത്തുകണ്ട ഒരു വീട്ടിലേക്ക് ചെന്ന് വീട്ടുകാരിയോട് കുറച്ചു ഭക്ഷണം ആവശ്യപ്പെട്ടു.

ആ സ്ത്രീ വലിയൊരു പിശുക്കിയായിരുന്നു. വീട്ടിൽ പലവിധ ഭക്ഷ ണങ്ങളുണ്ടായിട്ടും അവർ പറഞ്ഞതെന്താണെന്നോ.

"കഷ്ടമായല്ലോ.. ഇവിടെ തിന്നാനൊന്നുമില്ല. സത്യം പറയാലോ, ഇന്നിവിടെ ഒന്നും ഉണ്ടാക്കിയിട്ടില്ല.."

വീട്ടുകാരി പഠിച്ച കള്ളിയാണെന്ന് സഞ്ചാരിക്ക് മനസിലായി. എന്നാൽ പിന്നെ അവരെ ശരിക്കുമൊന്ന് പറ്റിച്ചിട്ടു തന്നെ കാര്യമെന്ന് അയാൾ വിചാരിച്ചു.

"ഓഹോ... അപ്പോൾ നിങ്ങളും പട്ടിണിയാണോ? ഒരു കാര്യം ചെയ്യാം. ഇവിടെ മഴു ഉണ്ടോ? ഞാൻ അതിൽ നിന്നും നല്ല സൂപ്പുണ്ടാ ക്കിത്തരാം. നമുക്ക് രണ്ടുപേർക്കും. വയറുനിറയെ കഴിക്കുകയും ചെയ്യാം... എന്താ?"

വീട്ടുകാരിക്ക് അതുകേട്ടപ്പോൾ അത്ഭുതമായി. "ഞ്ചേ, മഴുവിൽ നിന്നും സൂപ്പോ? അത് നല്ല കാര്യമാണല്ലോ.."

അവർ വേഗം ഒരു മഴുകൊണ്ടുവന്ന് സഞ്ചാരിക്കു നൽകി.

അയാൾ മഴുവുമായി അടുക്കളയിലേക്ക് നടന്നു. എന്നിട്ട് ഒരു പാത്ര ത്തിൽ വെള്ളമെടുത്ത് മഴു അതിൽ വെച്ച് തിളപ്പിക്കാൻ തുടങ്ങി. കുറച്ചു നേരം കഴിഞ്ഞപ്പോൾ വെള്ളം തിളയ്ക്കാൻ തുടങ്ങി. സഞ്ചാരി ഒരു തവി

കൊണ്ട് അൽപ്പം വെള്ളം കോരിയെടുത്ത് രുചിച്ചുനോക്കി. എന്നിട്ടിങ്ങനെ പറഞ്ഞു.

"ആഹാ... എന്തു നല്ല സൂപ്പ്! പക്ഷേ, കുറച്ചു ധാന്യം കൂടി ഉണ്ടാ യിരുന്നെങ്കിൽ നല്ല സ്വാദുണ്ടായേനെ.."

അതു കേട്ടപ്പോൾ വീട്ടുകാരിക്ക് സന്തോഷമായി. സൂപ്പിന് കുറേ ക്കൂടി രുചിയുണ്ടാവുമെങ്കിൽ കുറച്ചു ധാന്യം കൊടുക്കുന്നതിൽ എന്താ കുഴപ്പം! അവൾ വേഗം ഒരു പാത്രത്തിൽ ധാന്യംകൊണ്ടുവന്ന് സഞ്ചാ രിക്കു നൽകി.

അയാളത് പാത്രത്തിലിട്ടു വീണ്ടും തിളപ്പിക്കാൻ തുടങ്ങി. കുറച്ചു നേരം കഴിഞ്ഞപ്പോൾ അയാൾ വീണ്ടും രുചി നോക്കി എന്നിട്ടിങ്ങനെ പറഞ്ഞു.

"ഹായ്, നല്ല സൂപ്പ്.. പക്ഷേ കുറച്ച് ഉപ്പും വെണ്ണയും കൂടി കിട്ടിയി രുന്നെങ്കിൽ കുറച്ചുകൂടി സ്വാദുണ്ടായേനെ.."

"അതിനെന്താ, തരാമല്ലോ..." വീട്ടുകാരി സന്തോഷത്തോടെ പറ ഞ്ഞുകൊണ്ട് കുറച്ചു ഉപ്പും വെണ്ണയും കൊണ്ടുവന്നു. സഞ്ചാരി അതും പാത്രത്തിലിട്ട് ഇളക്കാൻ തുടങ്ങി. കുറച്ചു നേരം കൂടി കഴിഞ്ഞപ്പോൾ സൂപ്പ് തയാറായി. അപ്പോൾ സഞ്ചാരി വീട്ടുകാരിയോട് പറഞ്ഞു.

"അങ്ങനെ നമ്മളിപ്പോൾ സൂപ്പുണ്ടാക്കിക്കഴിഞ്ഞു. ഇനി ഒരു റൊട്ടി കൂടി കിട്ടിയാൽ നമ്മുടെ ഇന്നത്തെ സദ്യ കേമമായി.."

"അതിനെന്താ, ഇപ്പോൾ കൊണ്ടുവരാമല്ലോ.."

വീട്ടുകാരി വലിയ ഒരു റൊട്ടിയുമായി വന്നു. അങ്ങനെ അവർ ഭക്ഷണം കഴിക്കാൻ തുടങ്ങി.

"എന്തൊരത്ഭുതം!" സൂപ്പ് കഴിച്ചുകൊണ്ടിരിക്കെ വീട്ടുകാരി പറ ഞ്ഞു. "എനിക്കത് വിശ്വസിക്കാനേ കഴിയുന്നില്ല. വെറുമൊരു മഴുവിൽ നിന്നും ഇത്ര സ്വാദുള്ള സൂപ്പ് നിങ്ങളെങ്ങനെയാണുണ്ടാക്കിയത്?"

സഞ്ചാരി അതുകേട്ട് കുലുങ്ങിച്ചിരിച്ചു "കൂട്ടുകാരേ, മഴുവിൽ നിന്നും സൂപ്പുണ്ടാക്കുന്ന വിദ്യ എങ്ങനെ?"

21

മരം സാക്ഷി

ഇവാനും ഫ്യോദരും അയൽക്കാരായിരുന്നു. രണ്ടുപേരും കൃഷി ക്കാർ. ഇവാനൊരു പാവമായിരുന്നു. അവൻ സത്യസന്ധനും പരോപ കാരിയുമായിരുന്നു. എന്നാൽ ഫ്യോദരോ, വലിയ അത്യാഗ്രഹിയും അസൂ യാലുവും.

ഒരിക്കൽ ഇവാൻ ഒരു വലിയ യാത്രപോകാൻ തീരുമാനിച്ചു. അപ്പോ ഴാണ് ഒരു പ്രശ്നമുദിച്ചത്. താൻ തിരിച്ചുവരുന്നതുവരെ തന്റെ സമ്പാദ്യ മൊക്കെ എന്തുചെയ്യും. കഷ്ടപ്പെട്ട് അധ്വാനിച്ച് നേടിയ സമ്പാദ്യമാണ്. അത് ആരെയെങ്കിലും നോക്കാൻ ഏൽപ്പിക്കണം.

ഇവാൻ അയൽക്കാരനായ ഫ്യോദറിന്റെ അരികിലെത്തി. താൻ യാത്ര കഴിഞ്ഞുവരുന്നതുവരെ തന്റെ സമ്പാദ്യം സൂക്ഷിച്ചുവെക്കാൻ അവൻ ഫ്യോദറിനോട് അപേക്ഷിച്ചു.

സമ്പാദ്യമെന്നു കേട്ടപ്പോഴേക്കും അത്യാഗ്രഹിയായ ഫ്യോദറിന്റെ കണ്ണുകൾ തിളങ്ങി: "ഇവനെ ശരിക്കുമൊന്ന് പറ്റിക്കണം. അയാൾ വിചാ രിച്ചു. എന്നിട്ട് വെളുക്കെ ചിരിച്ചുകൊണ്ട് പറഞ്ഞു

"അതിനെന്താ ഇവാൻ ഞാൻ സൂക്ഷിക്കാമല്ലോ. അയൽക്കാരായാൽ അങ്ങോട്ടുമിങ്ങോട്ടും സഹായങ്ങളൊക്കെ ചെയ്യേണ്ടേ..."

ഇവാന് സമാധാനമായി അവൻ തന്റെ സമ്പാദ്യമെല്ലാം ഫ്യോദറിനെ ഏൽപ്പിച്ച് യാത്ര പോയി.

കുറേ വർഷങ്ങൾ കഴിഞ്ഞാണ് ഇവാൻ തിരിച്ചെത്തിയത്. വന്നയു ടനെ അവൻ ഫ്യോദറിന്റെ അരികിലെത്തി തന്റെ സമ്പാദ്യം തിരിച്ചു നൽകാൻ ആവശ്യപ്പെട്ടു. അപ്പോൾ ഫ്യോദർ എന്താണ് പറഞ്ഞതെ ന്നോ...

"എന്ത് സമ്പാദ്യം? നീയെന്നെ ഒന്നും ഏൽപ്പിച്ചിട്ടില്ല. കള്ളം പറ യാതെ വേഗം ഇവിടുന്ന് പോ. എനിക്കു വേറെ പണിയുണ്ട്.

ഇവാൻ അതുകേട്ട് വിഷണ്ണനായി. അവൻ ഫ്യോദറിനെ ബോധ്യ
പ്പെടുത്താൻ പരമാവധി ശ്രമിച്ചു.

"സ്നേഹിതാ, യാത്രയ്ക്ക് മുൻപ് ഞാനെന്റെ സമ്പാദ്യം മുഴുവനും
ഒരു സഞ്ചിയിലാക്കി നിങ്ങളെ ഏൽപ്പിച്ചത് ഓർമയില്ലേ? ഞാൻ തിരിച്ചെ
ത്തിയാലുടനെ അത് തിരിച്ചേൽപ്പിക്കാമെന്ന് നിങ്ങളന്ന് പറഞ്ഞിരുന്നില്ലേ?"

"എനിക്കാരും ഒന്നും നൽകിയിട്ടില്ല. പിന്നെങ്ങനെ എനി
ക്കോർമയുണ്ടാകും." ഫ്യോദർ തറപ്പിച്ചു പറഞ്ഞു.

അയൽക്കാരൻ തന്നെപ്പറ്റിക്കുകയാണെന്ന് ഇവാന് മനസിലായി.
അവൻ പിന്നെ അവിടെ നിന്നില്ല. ന്യായാധിപനെ സമീപിച്ച്. പരാതി
ബോധിപ്പിച്ചു.

എല്ലാം കേട്ടുകഴിഞ്ഞപ്പോൾ ന്യായാധിപൻ ഫ്യോദറിനെ വിളിപ്പിച്ചു.

"നിങ്ങൾ ഈ നിൽക്കുന്ന ഇവാന് പണം നൽകാനുണ്ടോ?" ന്യായാ
ധിപൻ തിരക്കി.

"ഇല്ലല്ലോ അങ്ങുന്നേ... ഇവാൻ കള്ളം പറയുകയാണ്. അവനൊന്നും
എന്നെ ഏൽപ്പിച്ചിരുന്നില്ല. ഞാനൊരു പാവമാണ്. ഇവാൻ എന്നെ മന
പൂർവം കുടുക്കിലാക്കാൻ ശ്രമിക്കുകയാണ്..." ഫ്യോദർ ഒരു പാവത്താ
നായി അഭിനയിച്ചു കൊണ്ടു പറഞ്ഞു.

ഈ പ്രശ്നം എങ്ങനെയാണ് പരിഹരിക്കേണ്ടതെന്ന് ന്യായാധിപൻ
കുറച്ചു നേരം ആലോചിച്ചു. പിന്നീടദ്ദേഹം ഇവാനോടു ചോദിച്ചു.

"ഇവാൻ നിങ്ങൾ ഫ്യോദറിന് പണം നൽകിയതിന് സാക്ഷികളാ
രെങ്കിലുമുണ്ടോ?

"ആരുമില്ല അങ്ങുന്നേ.. അപ്പോൾ ഞാനും ഫ്യോദരും മാത്രമേ ഉണ്ടാ
യിരുന്നുള്ളൂ. വലിയ ഒരു മരത്തിന്റെ ചുവട്ടിൽ വെച്ചാണ് ഞാൻ ഫ്യോദ
റിന് പണം നൽകിയത്."

അതുകേട്ട ഉടനെ ന്യായാധിപൻ പറഞ്ഞു. "ഓഹോ; അപ്പോൾ ആ
മരംതന്നെ സാക്ഷി. വേഗംപോയി ആ മരത്തിനോടു ചോദിക്കൂ..."

"അത്.. അങ്ങുന്നേ... ഇവാൻ പരുങ്ങി. മരത്തിനോട് എന്തു ചോദി
ക്കാനാണ്! ചോദിച്ചാൽ തന്നെ അത് എന്തു പറയാനാണ്... ഇവാൻ മടിച്ചു
നിന്നു.

"പറഞ്ഞതു കേട്ടില്ലേ? വേഗം പോയി വരൂ. അല്ലെങ്കിൽ കള്ളം പറ
ഞ്ഞതിന് നിങ്ങളെ ഞാൻ ശിക്ഷിക്കും."

ന്യായാധിപൻ ഗൗരവത്തോടെ പറഞ്ഞു. ഇവാൻ പിന്നെ നിന്നില്ല.
മരത്തിനോട് ചോദിക്കാനായി അവൻ യാത്ര തിരിച്ചു. ഇതെല്ലാം കണ്ടു
കൊണ്ടുനിന്ന ഫ്യോദർ സന്തോഷത്തോടെ മനസിൽ പറഞ്ഞു:

"ഇവാൻ വിഡ്ഢി; ന്യായാധിപൻ അതിലും വലിയ വിഡ്ഢി. മര
ത്തിനോടു ചോദിച്ചിട്ട് എന്തു പ്രയോജനമാണ്. പണം മുഴുവനും
അങ്ങനെ എനിക്ക് സ്വന്തം.."

ഏറെ നേരം കഴിഞ്ഞിട്ടും ഇവാനെ കാണാത്തതിനാൽ ന്യായാധി
പൻ അക്ഷമനായി. അദ്ദേഹം ഫ്യോദറിനോടു ചോദിച്ചു.

"ഫ്യോദർ ഇവാനെ കാണുന്നില്ലല്ലോ... അയാൾ മരത്തിനടുത്ത്
എത്തിയിട്ടുണ്ടാവില്ലേ?"

"അവിടേയ്ക്ക് കുറെ പോകാനുണ്ട് അങ്ങുന്നേ..." ഫ്യോദർ താഴ്മ
യോടെ പറഞ്ഞു.

പിന്നേയും ഏറെ നേരം കഴിഞ്ഞാണ് ഇവാൻ വന്നത്. അവനാകെ
ക്ഷീണിച്ചവശനായിരുന്നു.

"ഇവാൻ, മരം എന്തു പറഞ്ഞു?"

ന്യായാധിപൻ ചോദിച്ചു.

"മരം ഒന്നും പറഞ്ഞില്ല അങ്ങുന്നേ..."

ഇവാൻ ദുഃഖത്തോടെ മറുപടി പറഞ്ഞു. തന്റെ സമ്പാദ്യം ഇനി
യൊരിക്കലും തനിക്ക് കിട്ടില്ലെന്ന് അവനുറപ്പായി.

അപ്പോൾ ന്യായാധിപൻ പൊട്ടിച്ചിരിച്ചുകൊണ്ട് പറഞ്ഞു.

"ഇവാൻ നീ നിരാശനാകേണ്ട. ആ മരം ഇവിടെ വന്ന് സാക്ഷി
പറഞ്ഞു കഴിഞ്ഞു. നീ ഫ്യോദറിന് പണം കൊടുത്തിട്ടുണ്ടെന്ന് എനിക്ക്
ബോധ്യമായി. നിന്നെപ്പോലൊരു പാവത്തിനെ പറ്റിച്ച ദുഷ്ടനായ ഫ്യോദ
റിനെ ഞാനൊരു പാഠം പഠിപ്പിക്കുന്നുണ്ട്."

അങ്ങനെ ദുഷ്ടനും കൗശലക്കാരനുമായ ഫ്യോദറിന് ഇവാന്റെ പണം
മുഴുവനും തിരിച്ചു നൽകേണ്ടിവന്നു. കൂടാതെ വിശ്വാസവഞ്ചനയ്ക്ക്
അയാൾക്ക് കടുത്ത ശിക്ഷയും കിട്ടി. ന്യായാധിപൻ സത്യം കണ്ടുപിടി
ച്ചതെങ്ങനെയാണെന്ന് മനസിലായില്ലേ?"

22

സ്വർണം... സ്വർണം...

നാട്ടിലെ ഏറ്റവും വലിയ പ്രമാണിയും ഗ്രാമമുഖ്യനുമായിരുന്നു നിക്കൊളായ്. അറുത്ത കൈക്ക് ഉപ്പു തേക്കാത്ത ദുഷ്ടനായിരുന്നു അയാൾ. പണത്തോടുള്ള അത്യാർത്തി അയാളെ ക്രൂരനും കൗശലക്കാരനുമാക്കിയിരുന്നു.

ഗ്രാമത്തിലെ കൃഷിക്കാരനായ ലിയോ; നിക്കൊളായിയെ ശരിക്കു മൊന്നു പറ്റിക്കാൻ തീരുമാനിച്ചു. അതിൻപ്രകാരം അവൻ ഗ്രാമമുഖ്യന്റെ വീട്ടിലെത്തി. "ഹും; എന്താ വേണ്ടത്?" ഗ്രാമമുഖ്യൻ പുറത്തേക്കു വന്ന് പുച്ഛസ്വരത്തിൽ ചോദിച്ചു.

"അങ്ങുന്നേ; എനിക്കൊരു കാര്യം അറിയാനുണ്ടായിരുന്നു." ലിയോ പറഞ്ഞു. അപ്പോൾ ദേഷ്യത്തോടെ ഗ്രാമമുഖ്യൻ പറഞ്ഞു

"ഹും.. എനിക്കിതിനൊന്നും സമയമില്ല. വേഗം പൊയ്ക്കോ. ഇവിടുന്ന്.."

"അയ്യോ.. അങ്ങുന്നേ; അങ്ങനെ പറയരുതേ... ഇത് പരമരഹസ്യമാണ്."

എന്റെ കൈയിൽ കുറച്ച് സ്വർണമുണ്ട്. അതിനെന്ത് വിലകിട്ടുമെന്നറിയാമോ?"

"ങ്ഹേ.. സ്വർണമോ?" ഗ്രാമമുഖ്യന്റെ കണ്ണുകൾ തിളങ്ങി. "വരൂ... വരൂ... അകത്തേയ്ക്ക് കടന്നിരിക്കൂ..." അയാൾ പുഞ്ചിരിയോടെ ക്ഷണിച്ചു.

അങ്ങനെ ജീവിതത്തിലാദ്യമായി ലിയോ ഗ്രാമമുഖ്യന്റെ വീട്ടിനുള്ളിൽ കയറി.

അവിടുത്തെ രാജകീയമായ ഇരിപ്പിടത്തിലിരുന്നുകൊണ്ട് ലിയോ തുടർന്നു.

"അങ്ങുന്നേ; എന്റെ രണ്ടുകൈയിലും നിറയെ സ്വർണമുണ്ടെങ്കിലോ? അതിനെത്ര വിലകിട്ടും?

അതുകേട്ട് കുറേനേരത്തേയ്ക്ക് ഗ്രാമമുഖ്യൻ സ്തബ്ധനായി നിന്നു പോയി. രണ്ടുകൈനിറയെ സ്വർണമോ? എങ്കിൽ അതെങ്ങനെയെങ്കിലും കൈക്കലാക്കണം. അയാൾ മനസിൽ പറഞ്ഞു. പിന്നെ പരിചാരകരെ വിളിച്ചു ഭക്ഷണം വിളമ്പാൻ ആജ്ഞാപിച്ചു.

"വരൂ സ്നേഹിതാ.. ആദ്യം നമുക്ക് ഭക്ഷണം കഴിക്കാം.. എന്നിട്ട് സംസാരിക്കാം.."

ഗ്രാമമുഖ്യൻ ലിയോയെ ക്ഷണിച്ചു. ഭക്ഷണം വിഭവസമൃദ്ധമായി രുന്നു. ലിയോ അത് വയറുനിറയെ കഴിച്ചു.

ഭക്ഷണം കഴിഞ്ഞ ഉടനെ ഗ്രാമമുഖ്യൻ ആകാംക്ഷയോടെ ചോദിച്ചു.

"ഇത്രയേറെ സ്വർണം താങ്കൾ എവിടെയാണ് സൂക്ഷിച്ചിരിക്കുന്നത് സ്നേഹിതാ..?"

അപ്പോൾ ലിയോ ഒരു കള്ളച്ചിരിയോടെ പറഞ്ഞു.

"അങ്ങുന്നേ; എന്റെ കൈയിൽ ഒരു തരി സ്വർണം പോലുമില്ല. ഇനി എപ്പോഴെങ്കിലും ഉണ്ടാവുകയാണെങ്കിൽ എത്ര വിലകിട്ടുമെന്നാണ് ഞാൻ ചോദിച്ചത്?"

അതുകേട്ടപ്പോൾ ഗ്രാമമുഖ്യന് സങ്കടവും ദേഷ്യവും നിരാശയും തോന്നി. അയാൾ ലിയോയെ നോക്കി ആക്രോശിച്ചു.

"എടാ വിഡ്ഢീ, കടക്കെടാ പുറത്ത്..."

അപ്പോൾ ലിയോ ഒരു മൂളിപ്പാട്ടും പാടി പുറത്തേക്കു നടന്നു. ദുഷ്ട നായ ഗ്രാമമുഖ്യനെ കണക്കിന് പറ്റിച്ചതോർത്ത് അവൻ പൊട്ടിച്ചിരിച്ചു.

23

അധ്വാനിച്ചുണ്ടാക്കിയ പണം

ഒരിടത്തൊരു വീട്ടിൽ ഒരു കൃഷിക്കാരനും ഭാര്യയും താമസിച്ചിരു
ന്നു. അവരുടെ ഏക മകനായിരുന്നു ഫിലിപ്പ്. മടിയന്മാരുടെ രാജാവായി
രുന്നു അവൻ. ഒരു പണിയും ചെയ്യാതെ വെറുതെ വീട്ടിൽ കുത്തിയിരി
ക്കാനാണ് അവനിഷ്ടം.

കാലങ്ങൾ കുറേ കഴിഞ്ഞു ഫിലിപ്പിന്റെ സ്വഭാവത്തിന് ഒരു മാറ്റവും
ഉണ്ടായില്ല. ഒരു ദിവസം കൃഷിക്കാരൻ മകനെക്കുറിച്ച് ഭാര്യയോട് പറ
ഞ്ഞു.

"നമ്മുടെ മോൻ ഒരു കുഴിമടിയനായിപ്പോയല്ലോ. പണത്തിന്റെ വില
യെന്താണെന്ന് അവനിതുവരെ അറിഞ്ഞിട്ടില്ല. അങ്ങനെയുള്ള അവൻ
ഭാവിയിൽ നമ്മുടെ സ്വത്തെല്ലാം സംരക്ഷിക്കാനാവുമോ? അതുകൊണ്ട്
ഞാൻ ഒരു കാര്യം തീരുമാനിച്ചു. സ്വന്തമായി അധ്വാനിച്ച് ഒരു റൂബിളെ
ങ്കിലും നേടിയാലേ എന്റെ സ്വത്ത് ഞാനവന് നൽകൂ."

അന്നു രാത്രി കർഷകന്റെ ഭാര്യ മകനെ അരികിൽ വിളിച്ച് അച്ഛന്റെ
തീരുമാനം അറിയിച്ചു. അവർ അവന് ഒരു റൂബിൽ നൽകിക്കൊണ്ട്
ഇങ്ങനെ പറഞ്ഞു.

മോനേ ഫിലിപ്പ്, ഞാൻ ഈ പണം തന്ന കാര്യം അച്ഛനറിയേണ്ട.
നാളെ വൈകുന്നേരം നീ ഇത് അച്ഛന്റെ കൈയിൽ കൊടുക്കണം. നീ
അധ്വാനിച്ച് നേടിയ പണമാണിതെന്ന് പറയുകയും വേണം, കേട്ടോ.."

അമ്മ പറഞ്ഞതുപോലെത്തന്നെ പിറ്റേന്നു വൈകുന്നേരം ഫിലിപ്പ്
അച്ഛന്റെ അരികിലെത്തി. അമ്മ നൽകിയ റൂബിൽ അച്ഛന്റെ നേരെ നീട്ടി
ക്കൊണ്ട് അവൻ പറഞ്ഞു.

"ഇതാ അച്ഛാ.. ഈ റൂബിൽ ഞാൻ അധ്വാനിച്ചുണ്ടാക്കിയതാണ്."

"ഓഹോ; അതുശരി.. അച്ഛൻ അങ്ങനെ പറഞ്ഞുകൊണ്ട് ആ പണം

വാങ്ങി ഒന്നു മണത്തുനോക്കി. എന്നിട്ട് അത് ചുരുട്ടിമടക്കി അടുപ്പിലേക്കു വലിച്ചെറിഞ്ഞുകൊണ്ട് തുടർന്നു.

"ഹും... ഇത് നീ അധ്വാനിച്ചു നേടിയതല്ല. എന്നോട് കള്ളം പറയണ്ട."

അച്ഛൻ പറഞ്ഞതുകേട്ട് ഫിലിപ്പ് ലജ്ജിച്ചു തലതാഴ്ത്തി. പിന്നെ ഒരു കള്ളച്ചിരിയോടെ സ്ഥലംവിട്ടു.

രണ്ടാമത്തെ ദിവസവും അമ്മ അവന് ഒരു റൂബിൾ നൽകി.

താൻ അധ്വാനിച്ചു നേടിയതാണെന്നു പറഞ്ഞ് അവൻ ആ പണവും അച്ഛന്റെ നേരെ നീട്ടി. അച്ഛനാണെങ്കിൽ തലേന്ന് ചെയ്തതുപോലെ അതൊന്നു മണത്തുനോക്കി അടുപ്പിലേക്കെറിഞ്ഞുകൊണ്ട് പറഞ്ഞു.

'ഹും, ഇത് നീ നേടിയതല്ല..'

മൂന്നാമത്തെ ദിവസം അമ്മ ഫിലിപ്പിനെ വിളിച്ചു പറഞ്ഞു.

"മോനേ, ഇനിയും അച്ഛനെ പറ്റിക്കാൻ കഴിയില്ല. ഇനി നീ അധ്വാ നിച്ചു തന്നെ പണമുണ്ടാക്കണം. അല്ലാതെ വേറെ വഴിയില്ല."

നിവൃത്തിയില്ലാതെ ഫിലിപ്പ് ജോലി തേടിയിറങ്ങി. ഒരാഴ്ച മുഴുവൻ കഠിനമായി അധ്വാനിച്ചിട്ടാണ് അവന് ഒരു റൂബിൾ കിട്ടിയത്. അതുമായി അവൻ വീട്ടിലെത്തി. അവനാകെ ക്ഷീണിച്ചവശനായിരുന്നു. വന്നയുടനെ പണം അച്ഛന്റെ നേരെ നീട്ടി അവൻ പറഞ്ഞു.

"ഇത് ഞാൻ അധ്വാനിച്ചു നേടിയതാണ്."

അച്ഛൻ പണം വാങ്ങി. മുമ്പു ചെയ്തതുപോലെ അയാളത് മണത്തു നോക്കി.

"ഇത് നീ അധ്വാനിച്ചു നേടിയതല്ല." എന്നു പറഞ്ഞ് അച്ഛൻ ആ അടുപ്പിലേക്കെറിയാൻ തുനിഞ്ഞു. അപ്പോഴെന്തുണ്ടായെന്നോ?

ഫിലിപ്പ് ഒറ്റച്ചാട്ടത്തിന് അച്ഛന്റെ കൈയിൽ നിന്നും ആ പണം തട്ടി പ്പറിച്ചെടുത്തിട്ട് ഇങ്ങനെ പറഞ്ഞു.

"അച്ഛനെന്തറിയാം. ഈ പണം ഞാൻ ഒരാഴ്ച കഷ്ടപ്പെട്ട് സമ്പാദി ച്ചതാണ്. ഇത് അടുപ്പിലെറിയാൻ ഞാൻ സമ്മതിക്കില്ല.."

അപ്പോൾ അച്ഛൻ സന്തോഷത്തോടെ പറഞ്ഞു. "ഇപ്പോൾ എനി ക്കെല്ലാം മനസിലായി. ഈ പണം നീ അധ്വാനിച്ച് നേടിയതു തന്നെ യാണ്. അധ്വാനിച്ചുണ്ടാക്കുന്ന പണം വെറുതെ കളയാൻ ആരും തയാ റാവില്ല. പണത്തിന്റെ വില അറിയണമെങ്കിൽ നമ്മളത് അധ്വാനിച്ച് നേടണം. ഇപ്പോൾ നിനക്കും അത് ബോധ്യമായില്ലേ. ഇതുപോലെ ദിവ സവും അധ്വാനിച്ച് നീ പണം നേടണം. എന്നാൽ ഈ സ്വത്തു മുഴുവൻ നിനക്കു തന്നെ ലഭിക്കും.

മകൻ സമ്മതിച്ചു. അവൻ ദിവസവും ജോലിക്കു പോകാൻ തുട ങ്ങി. അതിനെത്തുടർന്ന് അച്ഛൻ തന്റെ സ്വത്തെല്ലാം ഫിലിപ്പിനു തന്നെ നൽകുകയും ചെയ്തു.

24
മാന്ത്രികജലം

ഒരിടത്ത് ഒരു അപ്പൂപ്പനും അമ്മൂമ്മയുമുണ്ടായിരുന്നു. രണ്ടുപേരും വലിയ വഴക്കാളികളായിരുന്നു. നിസ്സാരകാര്യം മതി രണ്ടുപേരും വഴക്ക ടിക്കാൻ. അപ്പൂപ്പൻ എന്തെങ്കിലും പറഞ്ഞാൽ അമ്മൂമ്മ അതിന് തറുത ലയേ പറയൂ. അപ്പോൾ മുത്തച്ചനു ദേഷ്യം പിടിക്കും. പിന്നത്തെ കഥ പറയേണ്ട. വഴക്കു തന്നെ വഴക്ക്.

സത്യം പറഞ്ഞാൽ ഇങ്ങനെ വഴക്കടിക്കുന്നതിൽ അവർക്ക് വിഷമ മൊക്കെയുണ്ടായിരുന്നു. പക്ഷേ പറഞ്ഞിട്ടെന്താ.. വഴക്കു തുടങ്ങിയാൽ പിന്നെ രണ്ടുപേർക്കും നിർത്താനാവില്ല.

അങ്ങനെയിരിക്കെ ഒരുദിവസം ആ ഗ്രാമത്തിൽ അത്ഭുതസിദ്ധിക ളുള്ള ഒരു സന്യാസി എത്തിച്ചേർന്നു. ഏതു പ്രശ്നവും അദ്ദേഹം നിഷ്പ്ര യാസം പരിഹരിക്കുമെന്ന് പലരും പറയുന്നത് അമ്മൂമ്മയുടെ ചെവിയി ലുമെത്തി.

"അങ്ങനെയാണെങ്കിൽ അപ്പൂപ്പനുമായി വഴക്കടിക്കുന്നത് ഒന്നു നിർത്തിക്കിട്ടാൻ വല്ല മാർഗവുമുണ്ടോ എന്ന് സന്യാസിയോട് ചോദിക്കാം."

അങ്ങനെ ചിന്തിച്ച് അമ്മൂമ്മ സന്യാസിയുടെ അരികിലെത്തി. അവർ കാര്യങ്ങളെല്ലാം സന്യാസിയെ ധരിപ്പിച്ചു.

എല്ലാം കേട്ടപ്പോൾ സന്യാസി ഒന്നു പുഞ്ചിരിച്ചു. എന്നിട്ടു പറഞ്ഞു "ഇതൊരു നിസ്സാരമായ പ്രശ്നമാണ്. ഞാനിത് എളുപ്പത്തിൽ മാറ്റിത്ത രാം."

സന്യാസി ഒരു കുപ്പി അമ്മൂമ്മയുടെ കൈയിൽ നൽകിക്കൊണ്ട് തുടർന്നു. "ഈ കുപ്പിയിലുള്ളത് മാന്ത്രികജലമാണ്. വഴക്കു തുടങ്ങുന്ന സമയത്ത് നിങ്ങൾ ഇതിൽ നിന്നും കുറച്ചു വെള്ളം വായിലൊഴിക്കണം.

കുടിക്കരുത്, തുപ്പുകയുമരുത്. കുറച്ചു ദിവസം അങ്ങനെ ചെയ്താൽ വഴക്ക് താനെ മാറിക്കൊള്ളും..."

അമ്മൂമ്മയ്ക്ക് സന്തോഷമായി. അവൻ സന്യാസിയോട് നന്ദി പറഞ്ഞ് കുപ്പിയുമായി വീട്ടിലേക്കു പോയി.

വീട്ടിലെത്തിയപ്പോഴല്ലേ രസം. അമ്മൂമ്മയെ കാണാതെ അപ്പൂപ്പൻ കലിതുള്ളി നിൽക്കുകയായിരുന്നു.

"എവിടെപ്പോയിരുന്നെടീ നീ? എത്ര നേരമായി ഞാൻ ചായയ്ക്കു വേണ്ടി കാത്തിരിക്കുന്നു."

അപ്പൂപ്പന് ചുട്ട മറുപടി കൊടുക്കാൻ അമ്മൂമ്മയുടെ നാവ് തരിച്ചു. അപ്പോഴാണ് തന്റെ കൈയിലെ മാന്ത്രിക ജലത്തിന്റെ കാര്യം അമ്മൂമ്മയ്ക്ക് ഓർമവന്നത്. അവർ അപ്പൂപ്പൻ കാണാതെ കുറച്ചുവെള്ളമെടുത്ത് വായിലൊഴിച്ചു.

അമ്മൂമ്മ ഒന്നും പറയാതെ നിൽക്കുന്നതുകണ്ടപ്പോൾ അപ്പൂപ്പന് അത്ഭുതമായി.

"എന്താണെടീ; നിന്റെ നാവിറങ്ങിപ്പോയയോ?" അപ്പൂപ്പൻ വീണ്ടും ആക്രോശിച്ചു.

അതുകേട്ടപ്പോൾ അമ്മൂമ്മയ്ക്ക് വീണ്ടും നാവ് ചൊറിഞ്ഞു വന്നു. പക്ഷേ അവർക്ക് ഒന്നും മിണ്ടാൻ കഴിഞ്ഞില്ല. എങ്ങനെ മിണ്ടാനാണ്? മാന്ത്രികജലമല്ലേ വായിലുള്ളത്!

അപ്പൂപ്പൻ വീണ്ടും അമ്പരന്നു. ശ്ശെടാ! ഇതെന്തൊരു പുകില്! തന്റെ നേരെ അലറി വിളിച്ചുവരാറുള്ള അമ്മൂമ്മയിതാ ഒരു പാവത്തിനെപ്പോലെ ഒരക്ഷരം മിണ്ടാതെ നിൽക്കുന്നു! ക്രമേണ അപ്പൂപ്പന്റെ ദേഷ്യം കുറ ഞ്ഞുവന്നു. പിന്നെ അയാളും ഒന്നും മിണ്ടാതിരുന്നു.

അതിനുശേഷം അപ്പൂപ്പൻ ദേഷ്യപ്പെടുമ്പോഴൊക്കെ അമ്മൂമ്മ കുപ്പി യിൽ നിന്നും വെള്ളമെടുത്ത് വായിലൊഴിച്ച് നിൽക്കും. ഒന്നും രണ്ടും പറഞ്ഞ് അപ്പൂപ്പന് മടുക്കുമ്പോൾ അയാളും മിണ്ടാതിരിക്കും. ഒരാൾ മാത്രം വിചാരിച്ചാൽ വഴക്കെങ്ങനെ തുടരാൻ പറ്റും?

ഇതിങ്ങനെ തുടർന്നപ്പോൾ വഴക്കടിക്കാനുള്ള താൽപര്യം അപ്പൂപ്പ നുമില്ലാതായി. പതിയെപ്പതിയെ ആ വീട്ടിൽ നിന്നും വഴക്കും വക്കാണവും അപ്രത്യക്ഷമായി. പകരം ചിരിയും സന്തോഷവും അവിടെ നിറഞ്ഞു.

നോക്കണേ, മാന്ത്രികജലത്തിന്റെ ശക്തി!

25
മടി മാറി

കുഴിമടിച്ചിയായിരുന്നു മീഷാ രാജകുമാരി. ഒരു ജോലിയും ചെയ്യാൻ അവൾക്കിഷ്ടമല്ല. വെറുതെയിരുന്ന് സമയം ചെലവഴിക്കലാണ് അവളുടെ പ്രധാന വിനോദം.

മകളുടെ ഈ സ്വഭാവം രാജാവിനെ വളരെ ദുഃഖിപ്പിച്ചിരുന്നു. അവൾ രാജകുമാരിയാണെന്നത് ശരിതന്നെ. പക്ഷേ ആർക്കാണെങ്കിലും അല സത ഒരു ശാപം തന്നെയല്ലേ. അലസത വെടിഞ്ഞ് ഇഷ്ടമുള്ള എന്തെ ങ്കിലും ജോലി തെരഞ്ഞെടുക്കുവാൻ അദ്ദേഹം രാജകുമാരിയെ ഇടക്കിടെ ഉപദേശിക്കുമായിരുന്നു. പക്ഷേ അവളുണ്ടോ അതൊക്കെ ചെവിക്കൊ ള്ളുന്നു!

ഒരിക്കൽ രാജാവ് വേഷപ്രച്ഛന്നനായി തന്റെ നാട്ടിലൂടെ സഞ്ചരിക്കു കയായിരുന്നു. നടന്നു നടന്ന് അദ്ദേഹം ഒരു കൃഷിയിടത്തിലെത്തി. അവിടെ ഒരു കൃഷിക്കാരൻ നിലമുഴുന്നുണ്ടായിരുന്നു. അയാളുടെ രണ്ട് കാളക ളിൽ ഒന്ന് നന്നായി പണിയെടുത്തിരുന്നെങ്കിലും മറ്റേ കാള മഹാമടിയ നായിരുന്നു. ഭക്ഷണത്തിന്റെ സമയമായപ്പോൾ കൃഷിക്കാരൻ പണിയെ ടുത്ത കാളയ്ക്ക് നന്നായി ഭക്ഷണം നൽകി. എന്നാൽ മടിയൻ കാളയ്ക്ക് അയാളൊന്നും തന്നെ നൽകിയില്ല.

ഇതെല്ലാം കണ്ടുകൊണ്ടുനിന്ന രാജാവ് ചോദിച്ചു.

"നിങ്ങളെന്താ ആ കാളയ്ക്ക് ഒന്നും നൽകാത്തത്? അതും നിങ്ങ ളുടെ കാളതന്നെയല്ലേ?"

"കാള എന്റേതുതന്നെ, പക്ഷേ ആരാണോ പണിയെടുത്ത് അവർക്കേ ഭക്ഷണമുള്ളൂ. മടിയൻമാർക്ക് ഭക്ഷണം കൊടുക്കുന്നത് പാപ മാണ്."

രാജാവിന് ആ കൃഷിക്കാരനെ നന്നേ ബോധിച്ചു. ഇയാളുടെ അടു ത്തെത്തിയാൽ തന്റെ മകളുടെ അലസതയെല്ലാം മാറുമെന്ന് അദ്ദേഹ ത്തിനു മനസിലായി. പിന്നെ വൈകിയില്ല; രാജാവ് തന്റെ മകളെ കൃഷി ക്കാരനെക്കൊണ്ട് വിവാഹം കഴിപ്പിച്ചു.

ഭർത്യവീട്ടിലെത്തിയപ്പോഴല്ലേ രസം! രാജകുമാരിയുണ്ടോ വല്ലതും ചെയ്യുന്നു. ഒരു ജോലിയും ചെയ്യാതെ വെറുതെയിരുന്ന് അവൾ സമയം തള്ളിനീക്കി.

ഭക്ഷണസമയമായപ്പോൾ അമ്മായിയമ്മ പറഞ്ഞു. "ആര് പണിയെ ടുത്തോ അവർക്കേ ഭക്ഷണമുള്ളൂ. പണിയെടുക്കാത്തവർക്ക് ഭക്ഷണ വുമില്ല.."

അമ്മായിയമ്മയും ഭർത്താവും വയറുനിറയെ ഭക്ഷണം കഴിച്ചു. രാജ കുമാരിക്ക് ഒന്നും ലഭിച്ചില്ല.

പിറ്റേന്നു രാവിലെയായപ്പോഴേക്കും രാജകുമാരിക്ക് വിശപ്പു സഹി ക്കാൻ പറ്റാതായി. അവസാനം അവൾ അമ്മായിയമ്മയോട് ചോദിച്ചു.

"അമ്മേ, വീട് വൃത്തിയാക്കുന്നത് ജോലിയാണോ?"

"ആണല്ലോ മോളേ.." അമ്മായിയമ്മ പറഞ്ഞു. രാജകുമാരി പിന്നെ മടിച്ചു നിന്നില്ല. അവൾ വീട് വൃത്തിയാക്കി.

അതിനു ശേഷം അവൾ വീണ്ടും ചോദിച്ചു.

"അമ്മേ, വെള്ളം കോരുന്നത് ജോലിയാണോ?"

"ആണല്ലോ മോളേ.." അമ്മായിയമ്മ പറഞ്ഞ ഉടനെ അവൾ വെള്ളം കോരാൻ തുടങ്ങി.

ഭക്ഷണത്തിന്റെ സമയമായപ്പോൾ പതിവുപോലെ അമ്മായിയമ്മ പറഞ്ഞു.

"ആര് പണിയെടുത്തോ അവർക്കേ ഭക്ഷണമുള്ളൂ. പണിയെടുക്കാ ത്തവർക്ക് ഭക്ഷണവുമില്ല."

അതുകേട്ടപ്പോൾ രാജകുമാരി അഭിമാനത്തോടെ പറഞ്ഞു

"ഞാൻ പണിയെടുത്തു, ഞാൻ ഭക്ഷണം കഴിക്കും..."

അവൾ വയറുനിറയെ ഭക്ഷണം കഴിച്ചു. ആ ഭക്ഷണത്തിന് കൂടു തൽ സ്വാദുള്ളതായി അവൾക്കു തോന്നി.

ദിവസങ്ങൾ കഴിഞ്ഞു അങ്ങനെയിരിക്കെ ഒരു ദിവസം പതിവു പോലെ രാജാവ് വേഷപ്രച്ഛന്നനായി നാടുചുറ്റുകയായിരുന്നു. നടന്നു നടന്ന് അദ്ദേഹം മകളുടെ വീടിന്റെ മുന്നിലെത്തി. അപ്പോൾ അദ്ദേഹം കണ്ടതെന്താണെന്നോ? തന്റെ മകൾ അതാ വിറക് കീറുന്നു!

രാജാവ് അങ്ങോട്ടു കയറിച്ചെന്നു. എന്നിട്ട് ചോദിച്ചു.

"ഒരു റൊട്ടി തരുമോ?"

മകൾക്ക് അച്ഛനെ മനസിലായിരുന്നില്ല. അവൾ പറഞ്ഞു. "വെറുതെ തരാൻ ഇവിടെ റൊട്ടിയില്ല. ജോലി ചെയ്താൽ റൊട്ടി തരാം."

"പിന്നെന്താ, ചെയ്യാമല്ലോ...." അങ്ങനെ പറഞ്ഞുകൊണ്ട് രാജാവ് മകളുടെ കൈയിൽ നിന്നും മഴു വാങ്ങി വിറകുകീറാൻതുടങ്ങി.

വിറകെല്ലാം കീറിക്കഴിഞ്ഞപ്പോൾ മകൾ അദ്ദേഹത്തിന് ഒരു റൊട്ടി നൽകി. രാജാവ് അതുമായി കൊട്ടാരത്തിലേക്ക് പോയി.

പിറ്റേന്ന് കൊട്ടാരത്തിൽ വെച്ച് രാജാവ് ഒരു വിരുന്നു നടത്തി. പല പ്രമാണികളെയും രാജാവ് വിരുന്നിനു ക്ഷണിച്ചു. മകളും കുടുംബവും നേരത്തെയെത്തി.

വിരുന്നിലെ പ്രധാന ഇനം മകൾ കൊടുത്ത റൊട്ടിയായിരുന്നു. അത് കണ്ടപ്പോഴാണ് ഇന്നലെ ഗ്രാമീണന്റെ വേഷത്തിൽ തന്റെ വീട്ടിൽ വന്നത് തന്റെ അച്ഛനായിരുന്നുവെന്ന് രാജകുമാരിക്ക് മനസിലായത്.

രാജാവ് ആ റൊട്ടി മുറിച്ച് എല്ലാവർക്കും നൽകിക്കൊണ്ട് പറഞ്ഞു.

"ഇതാണ് ഈ വിരുന്നിലെ പ്രധാനപ്പെട്ട ഭക്ഷണം. ഇത് വെറുമൊരു റൊട്ടിയല്ല. അധ്വാനത്തിന്റെ പ്രതിഫലമാണിത്. ഞാൻ കഷ്ടപ്പെട്ട് അധ്വാ നിച്ച് നേടിയതാണിത്. നിങ്ങളും ജോലി ചെയ്യണം. ഒരിക്കലും അലസ ന്മാരായിരിക്കരുത്. അത് അവനവനുമാത്രമല്ല രാജ്യത്തിനുപോലും അപ മാനമാണ്. ഈയൊരു മഹത്തായ സന്ദേശം നിങ്ങൾക്കു നൽകാനാണ് ഞാനീ വിരുന്നൊരുക്കിയത്.

ഈ പാഠം എനിക്കു പഠിപ്പിച്ചുതന്നത് എന്റെ മക്കളാണ്."

രാജാവിന്റെ വാക്കുകൾ കേട്ട് രാജകുമാരി പുഞ്ചിരിച്ചു. വിരുന്നിനെ ത്തിയവരെല്ലാം രാജാവിനേയും മകളേയും പ്രശംസിച്ചു.

26

കൽപ്പനയുടെ രഹസ്യം

രാജാവിന്റെ ഏക മകനാണ് പാവെൽ. അവനൊരു ബുദ്ധൂസായിരു
ന്നു. ബുദ്ധിയോ കാര്യപ്രാപ്തിയോ ഇല്ലാത്ത ഒരു പാവത്താൻ.

രാജാവിന് പ്രായമായി. തനിക്ക് ഇനി അധികകാലമില്ലെന്ന് അദ്ദേ
ഹത്തിന് മനസിലായി. മകന്റെ കാര്യമാലോചിച്ചപ്പോൾ രാജാവിന് വലിയ
സങ്കടമായി. ഒന്നിനും കൊള്ളാത്ത അവൻ തന്റെ കാലശേഷം എങ്ങനെ
യാണ് രാജ്യം ഭരിക്കുക? കുറേ ചിന്തിച്ചപ്പോൾ രാജാവിന് ഒരു ബുദ്ധി
തോന്നി. ബുദ്ധിമതിയായ ഒരു പെൺകുട്ടിയെക്കൊണ്ട് മകനെ വിവാഹം
കഴിപ്പിക്കാം. എങ്കിൽ അവളുടെ സാമർഥ്യം കൊണ്ട് അവന് രാജ്യഭരണം
നടത്താൻ കഴിഞ്ഞേക്കും.

അതിനെത്തുടർന്ന് രാജാവ് മകനെ അടുത്തുവിളിച്ച് ഇങ്ങനെ പറ
ഞ്ഞു.

"മോനേ പാവെൽ, എനിക്ക് പ്രായമായി. ഞാനിനി അധികകാലം
ജീവിച്ചിരിക്കില്ല. എന്റെ കാലശേഷം നീയാണ് ഈ രാജ്യം ഭരിക്കേണ്ടത്.
പക്ഷേ, ഞാൻ പറയുന്നതുപോലെ ചെയ്താൽ മാത്രമേ നിന്നെ ഞാൻ
എന്റെ അനന്തരാവകാശിയായി അംഗീകരിക്കുകയുള്ളൂ. പത്തുവയസ്സായ
ഒരു ആട്ടിൻകുട്ടിയേയും, ഇരുപത് വയസായ ഒരു ചെന്നായയേയും, മുപ്പത്
വയസ്സായ ഒരു കുറുക്കനേയും, നാൽപ്പത് വയസായ ഒരു കടുവയേയും,
അൻപത് വയസായ ഒരു നായയേയും അറുപത് വയസായ ഒരു ഒട്ടക
ത്തേയും കണ്ടെത്തി എന്റെ മുന്നിൽ കൊണ്ടുവരണം. അല്ലാത്ത പക്ഷം
നിനക്ക് രാജാവാകാൻ കഴിയില്ല."

അച്ഛന്റെ വാക്കുകൾ കേട്ടയുടനെ പാവെൽ യാത്ര പുറപ്പെട്ടു. എവി
ടെപ്പോയാലാണ് അച്ഛൻ പറഞ്ഞ മൃഗങ്ങളെ കണ്ടെത്താനാവുക എന്ന്
അവനറിയില്ലായിരുന്നു. ഏതായാലും മുന്നിൽ കാണുന്ന വഴിയിലൂടെ

നടക്കാം. അവൻ തീരുമാനിച്ചു. അങ്ങനെ നടന്നു നടന്ന് അവൻ മറ്റൊരു നഗരത്തിലെത്തി. 'അച്ഛൻ പറഞ്ഞ മൃഗങ്ങളെ ഒരു പക്ഷേ ഇവിടെ കാണു മായിരിക്കും. ഏതായാലും ഉറക്കെ വിളിച്ചുചോദിച്ചുകൊണ്ട് നടക്കാം.'

അങ്ങനെ തെരുവിലൂടെ ഉറക്കെ വിളിച്ചുചോദിച്ചുകൊണ്ട് അവൻ നടക്കാൻ തുടങ്ങി.

"പത്തുവയസായ ആട്ടിൻകുട്ടിയെ വിൽക്കാനുണ്ടോ? ഇരുപത് വയ സായ ചെന്നായയെ വിൽക്കാനുണ്ടോ? മുപ്പതുവയസായ കുറുക്കനെ വിൽക്കാനുണ്ടോ? നാൽപ്പത് വയസായ കടുവയെ വിൽക്കാനുണ്ടോ? അൻപതു വയസായ നായയെ വിൽക്കാനുണ്ടോ? അറുപത് വയസായ ഒട്ടകത്തെ വിൽക്കാനുണ്ടോ?"

ആളുകൾ അതുകേട്ട് ഉറക്കെ ചിരിച്ചു. "ഈ വിഡ്ഢിച്ചെറുക്കൻ എന്തൊക്കെയാണീ പറയുന്നത്! പത്തു വയസുള്ള ആട്ടിൻ കുട്ടിയോ? പത്തുവയസാകുമ്പോഴേക്കും ആടിന് പ്രായമായിട്ടുണ്ടാവില്ലേ? ഇരുപത് വയസുള്ള ചെന്നായ, മുപ്പത് വയസുള്ള കുറുക്കൻ.." ഇവറ്റകളുടെയെല്ലാം വയസ് ആർക്കാണറിയുക?" അവർ പൊട്ടിച്ചിരിച്ചുകൊണ്ട് പരസ്പരം

ചോദിച്ചു. പക്ഷേ പാവെൽ അതൊന്നും ശ്രദ്ധിച്ചതേയില്ല. അവൻ അങ്ങനെ വിളിച്ചു ചോദിച്ചുകൊണ്ട് മുന്നോട്ടു നടന്നു.

കുറേദൂരം നടന്നപ്പോൾ അവൻ ഒരു ചെറിയ വീടിന്റെ മുന്നിലെ ത്തി. ആ വീട്ടിൽ സുന്ദരിയായ ഒരു പെൺകുട്ടിയുണ്ടായിരുന്നു. പാവെ ലിന്റെ വിചിത്രമായ ആവശ്യം കേട്ടപ്പോൾ അവൾ അവന്റെ അരികിലേക്കു ചെന്ന് കാര്യങ്ങൾ തിരക്കി.

അച്ഛൻ പറഞ്ഞ കാര്യങ്ങൾ അപ്പോൾ പാവെൽ പെൺകുട്ടിയെ അറി യിച്ചു. അതുകേട്ടപ്പോൾ ആ പെൺകുട്ടി ഒരു പുഞ്ചിരിയോടെ പറഞ്ഞു.

"അച്ഛൻ നിങ്ങളുടെ ബുദ്ധി പരീക്ഷിച്ചതാണ്. പത്തുവയസായ ആട്ടിൻകുട്ടിയെന്നു പറയുന്നത് പത്തുവയസായ കുട്ടിയെയാണ്. ആ പ്രായത്തിൽ അവൻ ആട്ടിൻ കുട്ടിയെപ്പോലെ തുള്ളിച്ചാടി നടക്കും. ഇരു പത് വയസുള്ള ചെന്നായ ഇരുപത് വയസായ മനുഷ്യനാണ്. ആ പ്രായ ത്തിൽ മനുഷ്യർക്ക് എല്ലാത്തിനോടും അടങ്ങാത്ത ആർത്തിയും ആവേ ശവുമായിരിക്കും. മുപ്പത് വയസുള്ള കുറുക്കൻ എന്നാൽ മുപ്പത് വയസു ള്ള മനുഷ്യനാണ്. എല്ലാ കൗശലങ്ങളും അറിയുന്ന പ്രായമാണത്. നാൽപ്പത് വയസുള്ള കടുവ നാൽപ്പത് വയസുള്ള മനുഷ്യൻ തന്നെ. ശക്തിയും തന്റേടവുമുള്ള പ്രായമാണത്. അൻപത് വയസുള്ള നായ അൻപതുകാരനായ മനുഷ്യനാണ്. ചുമതലാബോധവും വിവേകവുമുള്ള അവൻ ഒരു നായയെപ്പോലെ തന്റെ കുടുംബത്തിന് കാവൽ നിൽക്കും. അറുപത് വയസുള്ള ഒട്ടകം അറുപതു വയസ്സായ മനുഷ്യനാണ്. കാഴ്ച ശക്തി കുറഞ്ഞു തുടങ്ങിയ കാലമാണത്. അയാളെ ഒട്ടകത്തെപ്പോലെ നയിച്ചുകൊണ്ടുപോകണം." പെൺകുട്ടി പറഞ്ഞതു കേട്ടപ്പോൾ പാവെ ലിനു സന്തോഷമായി. അവൻ ഉടൻ തന്നെ അച്ഛന്റെ അരികിൽ തിരിച്ചെ ത്തി.

"മോനേ, ഞാൻ പറഞ്ഞ കാര്യം എന്തായി? നീ അവയെ കണ്ടെ ത്തിയോ?' അച്ഛൻ തിരക്കി.

"കണ്ടെത്തി അച്ഛാ..." എന്നിട്ടവൻ പെൺകുട്ടി പറഞ്ഞതെല്ലാം അതേപടി അച്ഛനോടു വിശദീകരിച്ചു.

"ഇത് നീ സ്വയം കണ്ടെത്തിയതോ, മറ്റാരെങ്കിലും പറഞ്ഞു തന്നതോ?"

"ഞാൻ കണ്ടെത്തിയതല്ല. ഇതെനിക്കു പറഞ്ഞു തന്നത് അടുത്ത നഗരത്തിൽ താമസിക്കുന്ന പെൺകുട്ടിയാണ്." മകൻ പറഞ്ഞതു കേട്ട പ്പോൾ അച്ഛന് സന്തോഷമായി. അദ്ദേഹം പറഞ്ഞു.

"അവൾ ബുദ്ധിമതിയാണ്. അവൾ തന്നെയാവട്ടെ നിന്റെ വധു."

അങ്ങനെ ബുദ്ധിമതിയായ ആ പെൺകുട്ടി രാജകുമാരന്റെ ഭാര്യ യായി. രാജാവിന്റെ കാലശേഷം അവളുടെ സഹായത്താൽ രാജകുമാര നായ പാവെൽ നല്ല രീതിയിൽ രാജ്യഭരണം നടത്തുകയും ചെയ്തു.

27

വിലയേറിയ രത്നം

രണ്ട് അയൽക്കാരുടെ കഥയാണിത്. ഒരാൾ ധനികൻ. മറ്റേയാൾ പരമ ദരിദ്രൻ. ധനികന്റെ വീട് വലുതും മനോഹരവുമായിരുന്നു. വീടിനു മുന്നിൽ പൂന്തോട്ടമുണ്ടായിരുന്നു. അയാൾക്ക് മൂന്നു ഭാര്യമാരുണ്ടായിരു ന്നു. വേലക്കാരാണെങ്കിൽ അനേകം. ദരിദ്രന്റെ വീട് വളരെ ചെറുതായി രുന്നു. അതാണെങ്കിൽ പഴകി ദ്രവിച്ചിരുന്നു. പറയത്തക്ക വീട്ടുപകരണ ങ്ങളൊന്നും അവിടെ ഉണ്ടായിരുന്നില്ല.

ഒരു വൈകുന്നേരം ദരിദ്രൻ ജോലിയെല്ലാം കഴിഞ്ഞ് വീട്ടിലെത്തി വിശ്രമിക്കുകയായിരുന്നു. അപ്പോഴാണ് ധനികന്റെ ഒരു വേലക്കാരൻ അവി ടേക്കു വന്നത്.

"യജമാനൻ നിങ്ങളെ കാണണമെന്നു പറഞ്ഞിരിക്കുന്നു." അയാൾ അറിയിച്ചു.

"എന്തിനാണ് അദ്ദേഹം എന്നെ കാണുന്നത്?" ദരിദ്രൻ അത്ഭുത ത്തോടെ തിരക്കി.

"അറിയില്ല; എന്തെങ്കിലും ജോലി ഏൽപ്പിക്കാനായിരിക്കും." വേല ക്കാരൻ പറഞ്ഞു. അങ്ങനെ ദരിദ്രൻ ധനികന്റെ വീട്ടിലെത്തി. കൊട്ടാരം പോലെയുള്ള വീടായിരുന്നു അത്. അവിടെ അനേകം വിലയേറിയ ഉപ കരണങ്ങളും ആഡംബരവസ്തുക്കളുമുണ്ടായിരുന്നു. ധനികൻ മനോഹ രമായ ഒരു പട്ടുമെത്തയിലിരിക്കുകയായിരുന്നു.

"വരൂ സ്നേഹിതാ...." അയാൾ ദരിദ്രനെ സ്വീകരിച്ചിരുത്തി. എന്നിട്ട് തുടർന്നു.

"നിങ്ങൾ ഇതുവരെ ഒരാവശ്യത്തിനുപോലും എന്റെയരികിൽ വന്നി ട്ടില്ല. പണത്തിനുവേണ്ടിയോ മറ്റെന്തെങ്കിലും സഹായത്തിനുവേണ്ടിയോ നിങ്ങൾ ഒരിക്കൽ പോലും എന്നെ സമീപിച്ചിട്ടില്ല..."

ധനികന്റെ വാക്കുകൾ കേട്ടപ്പോൾ ദരിദ്രൻ ഇങ്ങനെ പറഞ്ഞു.

"ശരിയാണ്. ഞാനിതുവരെ താങ്കളുടെ അരികിൽ വന്നിട്ടില്ല. കാരണം എനിക്ക് ചെറിയ ആവശ്യങ്ങളേയുള്ളൂ. അവയാകട്ടെ എന്റെ ചെറിയ വരുമാനം കൊണ്ട് നിറവേറ്റാനും കഴിയും. വരുമാനത്തിനനുസരിച്ച് ജീവിക്കാൻ ശ്രമിച്ചാൽ പിന്നെ വലിയ മോഹങ്ങളോ ആവശ്യങ്ങളോ ഉണ്ടാവില്ല."

അപ്പോൾ ധനികൻ അത്ഭുതത്തോടെ ദരിദ്രനെ നോക്കി. എന്നിട്ടയാൾ ഒരു നെടുവീർപ്പോടെ പറഞ്ഞു:

"സ്നേഹിതാ, എനിക്കെല്ലാം വേണ്ടതിലേറെയുണ്ട്. പണത്തിനു പണം. സ്വർണത്തിനു സ്വർണം. പലതരം ഭക്ഷണം നിരവധി ജോലിക്കാർ, ഭാര്യമാരാണെങ്കിൽ മൂന്നുപേരുണ്ട്. എന്നിട്ടും എന്റെ ജീവിതത്തിൽ ഒരു സന്തോഷവുമില്ല. സ്വസ്ഥതയോ സമാധാനമോ ഇല്ല. എന്നും വഴക്കും വക്കാണവുമാണ്. ചിലപ്പോൾ ജോലിക്കാർ എന്തെങ്കിലും പ്രശ്നമുണ്ടാക്കും. അപ്പോൾ ഞാനവരെ ശകാരിക്കുകയും അടിക്കുകയും ചെയ്യും. ചിലപ്പോൾ ഭാര്യമാർ തമ്മിലായിരിക്കും ലഹള. അപ്പോഴെല്ലാം ഞാൻ നിങ്ങളെക്കുറിച്ചു ചിന്തിക്കും. നിങ്ങളുടെ വീട്ടിൽ എന്തൊരു ശാന്തതയാണ്! ഒരിക്കൽ പോലും ഞാൻ അവിടെനിന്നും വഴക്കോ ബഹളമോ കേട്ടിട്ടില്ല. ദുഃഖമോ കോപമോ നിങ്ങളുടെ വീട്ടിലില്ല. നിങ്ങളുടെ ഭാര്യ ഒരിക്കൽപോലും ആവലാതി പറയുകയോ വഴക്കുണ്ടാക്കുകയോ ചെയ്തിട്ടില്ല. എന്താണിതിന്റെ രഹസ്യം? ദയവായി എനിക്കതൊന്നു പറഞ്ഞുതരൂ..."

അപ്പോൾ ഒരു പുഞ്ചിരിയോടെ ദരിദ്രൻ പറഞ്ഞു:

"ഞാൻ പറഞ്ഞില്ലേ, ഞങ്ങൾ ഉള്ളതുകൊണ്ട് ജീവിക്കുന്നവരാണ്. ഞാൻ നന്നായി ജോലി ചെയ്യുന്നു. കിട്ടുന്ന പണം കൊണ്ട് നന്നായി ജീവിക്കുന്നു. ഞങ്ങൾക്ക് ആവശ്യങ്ങൾ കുറവായതിനാൽ പരിഭവങ്ങളോ ആവലാതികളോ ഇല്ല. മാത്രമല്ല, ഞങ്ങളുടെ വീട്ടിൽ ഒരു അമൂല്യരത്ന മുണ്ട്. അത് ഞങ്ങളെ എപ്പോഴും സന്തോഷിപ്പിച്ചുകൊണ്ടിരിക്കും..."

ദരിദ്രൻ തിരിച്ചു പോയതിനുശേഷം ധനികൻ ഏറെ നേരം ആലോചനയിൽ മുഴുകിയിരുന്നു. ഒരു രത്നംകൊണ്ട് സന്തോഷവും സമാധാനവും കിട്ടുമെന്നോ? എങ്കിൽ ഒന്നല്ല, മൂന്നു രത്നങ്ങൾ തന്നെ വാങ്ങാം. ഓരോന്നും ഓരോ ഭാര്യക്ക് സമ്മാനിക്കാം.

അങ്ങനെ ധനികൻ വിലയേറിയ മൂന്ന് രത്നങ്ങൾ വാങ്ങിക്കൊണ്ടു വന്നു. എന്നിട്ടവ ഭാര്യമാർക്ക് സമ്മാനിച്ചു. "ഇനിയെങ്കിലും ഈ വീട്ടിൽ സന്തോഷവും സമാധാനവും ഉണ്ടാവട്ടെ." അയാൾ അവരോട് പറഞ്ഞു.

ഒന്നാമത്തെ ഭാര്യ തനിക്കു ലഭിച്ച രത്നം തിരിച്ചും മറിച്ചും നോക്കി. രണ്ടാമത്തെ ഭാര്യയുടെ രത്നത്തിനല്ലേ കൂടുതൽ തിളക്കം അവൾ വിചാരിച്ചു. രണ്ടാമത്തെ ഭാര്യ കരുതിയത് മൂന്നാമത്തെ ഭാര്യയുടെ രത്നത്തിനാണ് കൂടുതൽ തിളക്കമെന്നാണ്. മൂന്നാമത്തെ ഭാര്യയോ? ഒന്നാമത്തെ ഭാര്യയുടെ രത്നമാണ് കൂടുതൽ വിശേഷപ്പെട്ടതെന്ന് അവളും കരുതി.

പോരേ പൂരം! അവർ തമ്മിൽ വഴക്കടിക്കാൻ തുടങ്ങി. കരച്ചിലും അട്ട
ഹാസങ്ങളുമായി പൊരിഞ്ഞ ലഹള തന്നെ.

"എന്റെ ദൈവമേ, ഇനി ഞാനെന്തു ചെയ്യും?"

ധനികൻ ഇങ്ങനെ വിളിച്ചുപറഞ്ഞുകൊണ്ട് പുറത്തേക്കോടി. ദരി
ദ്രന്റെ വീടിനടുത്തെത്തിയപ്പോൾ അവിടുത്തെ ചിരിയും കളിയും അയാൾ
കേട്ടു.

ധനികന് ആകാംക്ഷയായി. അയാൾ ദരിദ്രന്റെ വീട്ടിനുള്ളിലേക്ക് കയ
റിച്ചെന്നു. അവിടെ അയാൾ കണ്ടതെന്താണെന്നോ? ദരിദ്രനും ഭാര്യയും
കൂടി അവരുടെ ഏകമകനെ കളിപ്പിക്കുകയാണ്. അവരുടെ അടുത്തേക്കു
ചെന്ന് ധനികൻ പറഞ്ഞു.

"സ്നേഹിതാ, ഞാൻ വിലയേറിയ മൂന്ന് രത്നങ്ങൾ വാങ്ങി ഭാര്യ
മാർക്ക് കൊടുത്തു. എന്നാൽ അവ സന്തോഷമോ സമാധാനമോ നൽകി
യില്ലെന്നു മാത്രമല്ല, ഭാര്യമാരെ തമ്മിൽ കലഹിപ്പിക്കുകയും ചെയ്തിരി
ക്കുന്നു. നീ പറഞ്ഞ രത്നമെവിടെ? അതിനെന്തെങ്കിലും സവിശേഷത
യുണ്ടോ? ദയവായി എനിക്കതൊന്ന് കാണിച്ചുതരാമോ?"

ദരിദ്രൻ അപ്പോൾ തന്റെ മകനെ എടുത്തുയർത്തിക്കൊണ്ടു പറ
ഞ്ഞു.

"സ്നേഹിതാ, ഇതാണ് ഞങ്ങളുടെ വിലയേറിയ രത്നം. ഇവിടുത്തെ
അമൂല്യനിധി. ഇവനാണ് ഞങ്ങൾക്ക് സന്തോഷവും സമാധാനവും തരു
ന്നത്..."

അവർ വീണ്ടും കുട്ടിയുമായി കളി തുടർന്നു.

"ശരിയാണ്. സന്തോഷവും സമാധാനവും പണം കൊടുത്ത്
വാങ്ങാൻ കഴിയില്ല."

ധനികൻ ഒരു നെടുവീർപ്പോടെ തിരിച്ചു പോയി.

28

നായയും മനുഷ്യനും

കാട്ടിൽ ഒറ്റയ്ക്കു താമസിച്ച് നായയ്ക്ക് ബോറടിച്ചു. എന്തായാലും തനിക്കൊരു കൂട്ടുകാരനെ കണ്ടെത്തണമെന്ന് അവൻ തീരുമാനിച്ചു. കൂട്ടു കാരൻ ധീരനായിരിക്കണം. ആരേയും പേടിക്കാത്തവനായിരിക്കണം. അത്തരത്തിലുള്ള ഒരാളെത്തേടി നായ പുറപ്പെട്ടു.

കുറേ നടന്നപ്പോൾ നായ ഒരു മുയലിനെ കണ്ടു. ആദ്യം ഇവനോടു തന്നെ ചോദിച്ചേക്കാം. അങ്ങനെ വിചാരിച്ച് നായ മുയലിന്റെ അടുത്തേ ക്കുചെന്നു.

"സുഹൃത്തേ, ഏറെക്കാലം ഒറ്റയ്ക്ക് താമസിച്ച് എനിക്ക് മടുത്തു. ഞാനൊരു കൂട്ടുകാരനെ തേടിയിറങ്ങിയതാണ്. താങ്കൾക്ക് എന്റെ കൂട്ടു കാരനാവുന്നതിൽ എന്തെങ്കിലും വിരോധമുണ്ടോ?"

"ഒരു വിരോധവുമില്ല." മുയൽ പറഞ്ഞു. അങ്ങനെ അവർ കൂട്ടുകാ രായി. പകൽ മുഴുവനും അവർ കളിച്ചുരസിച്ചു നടന്നു. വൈകുന്നേരമാ യപ്പോൾ മുയൽ തന്റെ മാളത്തിലേക്ക് നായയെ ക്ഷമിച്ചു.

"താങ്കൾ ഇനി മുതൽ ഇവിടെ കിടന്നുറങ്ങിക്കോളൂ."

അങ്ങനെ നായയും മുയലും ഉറങ്ങാൻ കിടന്നു. കുറേക്കഴിഞ്ഞ പ്പോൾ ഒരു ചുണ്ടെലി അവിടെയെല്ലാം പരക്കംപാഞ്ഞു നടക്കാൻ തുടങ്ങി. നായയ്ക്ക് അതുകണ്ടപ്പോൾ അരിശം വന്നു. അവൻ മുരളാനും കുര യ്ക്കാനും തുടങ്ങി. നായയുടെ കുരകേട്ട് മുയൽ പേടിച്ചു. ശബ്ദമടക്കിപ്പി ടിച്ച് അവൻ നായയോട് പറഞ്ഞു.

"അയ്യോ സുഹൃത്തേ, ഇങ്ങനെ കുരയ്ക്കല്ലേ ചെന്നായയെങ്ങാനും കേട്ടാൽ പിന്നെ നമ്മുടെ രണ്ടുപേരുടേയും കഥ കഴിയും..."

"അയ്യേ ഈ പേടിത്തൊണ്ടനെയാണോ ഞാൻ കൂട്ടുകാരനാക്കിയത്! ഇവന് ചെന്നായയെ പേടിയാണ്. അങ്ങനെയാണെങ്കിൽ ചെന്നായയെ

കൂട്ടുകാരനാക്കുന്നല്ലേ നല്ലത്! നായ ചിന്തിച്ചു. പിറ്റേന്നു രാവിലെത്തന്നെ അവൻ മുയലിനോട് യാത്ര പറഞ്ഞ് ചെന്നായയെ തിരക്കി പുറപ്പെട്ടു. കുറേനേരത്തെ അന്വേഷണത്തിനു ശേഷം അവൻ ചെന്നായയെ കണ്ടു മുട്ടി.

"സുഹൃത്തേ, ഞാൻ താങ്കളെ തിരക്കി നടക്കുകയായിരുന്നു. താങ്കൾ ധീരനും ശക്തനുമാണെന്ന് എനിക്കറിയാം. എന്റെ കൂട്ടുകാരനാവാൻ വിരോധമുണ്ടോ? ഞാനാണെങ്കിൽ നല്ലൊരു കൂട്ടുകാരനെ കിട്ടാതെ വിഷ മിച്ചിരിക്കുകയാണ്."

"പിന്നെന്താ, എനിക്ക് സമ്മതം തന്നെ." ചെന്നായ പറഞ്ഞു. അങ്ങനെ അവർ കൂട്ടുകാരായി. അന്നുരാത്രി ചെന്നായയുടെ മാളത്തി

ലാണ് നായ ഉറങ്ങാൻ കിടന്നത്. കുറച്ചുനേരം കഴിഞ്ഞപ്പോൾ ഒരു തവള നായയുടെ പുറത്തേക്കു ചാടി. അപ്പോൾ നായയ്ക്ക് ദേഷ്യം വന്നു. അത് ഉറക്കെ കുരയ്ക്കാൻ തുടങ്ങി.

"അയ്യോ സ്നേഹിതാ... ഇങ്ങനെ കുരയ്ക്കരുത്. ആ കരടിയെ ങ്ങാനും കേട്ടാൽ നമ്മെ പിച്ചിക്കീറിക്കളയും." ചെന്നായ പേടിച്ചു വിറച്ചു കൊണ്ട് പറഞ്ഞു.

"ഓ..., ഇവനും ഒരുപേടിത്തൊണ്ടൻ തന്നെ. കരടിയെ പേടിയാണി വൻ. ഇനി ഇവന്റെ കൂട്ട് വേണ്ട. ആ കരടിയെ കൂട്ടുകാരനാക്കാം." നായ മനസിൽ പറഞ്ഞു.

പിറ്റേന്നു രാവിലെ നായ കരടിയെ ചെന്നുകണ്ടു കാര്യങ്ങളൊക്കെ പറഞ്ഞു. നായയുടെ കൂട്ടുകാരനാവാൻ കരടിക്ക് സമ്മതമായിരുന്നു. അന്ന് പകൽ മുഴുവനും അവർ പലയിടത്തും കളിച്ചു രസിച്ചു നടന്നു. രാത്രി യായപ്പോൾ കരടിയുടെ മാളത്തിലാണ് നായ ഉറങ്ങാൻ കിടന്നത്. കുറച്ചു കഴിഞ്ഞപ്പോൾ ഒരു പച്ചിലപ്പാമ്പ് അവിടേക്ക് ഇഴഞ്ഞുവന്നു. അതുക ണ്ടപ്പോൾ നായയ്ക്ക് ദേഷ്യം വന്നു. അവൻ ഉറക്കെ കുരയ്ക്കാൻ തുട ങ്ങി. അതു കേട്ട് കരടി പറഞ്ഞു.

"സ്നേഹിതാ; ഇങ്ങനെ കുരയ്ക്കല്ലേ, മനുഷ്യരെങ്ങാനും കേട്ടാൽ നമ്മെ രണ്ടുപേരെയും പിടിക്കും."

"അയ്യയ്യേ... ഈ കരടിയും ഒരു പേടിത്തൊണ്ടൻതന്നെ വേണ്ട വേണ്ട ഇനി ഇവന്റെ കൂട്ട് വേണ്ട. മനുഷ്യന്റെ കൂടെ കൂടാം." നായ മന സിൽ പറഞ്ഞു. പിറ്റേന്ന് അവൻ മനുഷ്യനെ തേടിയിറങ്ങി. നടന്നുനടന്ന് അവൻ ഒരു ഗ്രാമത്തിലെത്തിച്ചേർന്നു. അവിടെ വെച്ച് അവനൊരു മനു ഷ്യനെ കണ്ടുമുട്ടി.

"ഞാൻ നിങ്ങളെ തിരക്കി ഇറങ്ങിയതാണ്. നിങ്ങൾ ധീരനാണെന്ന് എനിക്കു മനസിലായി. ഞാൻ നിങ്ങളുടെ കൂടെ വരട്ടെ."

"അതിനെന്താ; എന്റെ കൂടെ പോന്നോളൂ." മനുഷ്യൻ സമ്മതിച്ചു. അയാൾ നായയെ വീട്ടിലേക്കു കൊണ്ടുപോയി. അവനു വേണ്ടി നല്ല കൂടുണ്ടാക്കി. നല്ല ഭക്ഷണം നൽകി. രാത്രി നായ കുരയ്ക്കുമ്പോൾ അവനെ ശകാരിക്കിച്ചില്ലെന്നു മാത്രമല്ല അവനോട് നന്ദി പറയുകയും ചെയ്തു. അയാളോടൊപ്പമുള്ള ജീവിതം നായയ്ക്കും ആഹ്ലാദകരമായി തോന്നി.

അങ്ങനെയാണ് നായ മനുഷ്യരോടൊപ്പം താമസിക്കാൻ തുടങ്ങി യത്.

29

ബുദ്ധിയും ശക്തിയും

ഒരിക്കൽ കാട്ടിലെ മൃഗങ്ങളെല്ലാം ഒരു മരച്ചുവട്ടിൽ സമ്മേളിച്ചു. ദൈവത്തിൽനിന്നും അവർക്ക് പല കഴിവുകളും ലഭിച്ചിട്ടുണ്ടായിരുന്നു. അവ ആർക്കെല്ലാം നൽകണം എന്നതിനെക്കുറിച്ച് ആലോചിക്കാനായി രുന്നു അവരവിടെ കൂടിയത്.

തന്ത്രങ്ങൾ കുറുക്കനു നൽകാൻ അവർ തീരുമാനിച്ചു. അവ ഉപ യോഗിച്ച് അവന് അപകടങ്ങളിൽനിന്നും രക്ഷപ്പെടാമെന്ന് അവർ അഭി പ്രായപ്പെട്ടു.

ആർത്തി ചെന്നായയ്ക്കു നൽകാനാണ് തീരുമാനിച്ചത്. ജീവിത ത്തിൽ അത് അവന് ഉപകരിക്കുമെന്ന് അവർ പറഞ്ഞു. അവന്റെ ആർത്തി കാണുമ്പോൾ മറ്റു മൃഗങ്ങളെല്ലാം അവനോടടുക്കാൻ പേടിക്കും.

സിംഹത്തിന് ശക്തികൊടുക്കാൻ തീരുമാനിച്ചു. മൃഗങ്ങളുടെ രാജാ വായ അവന് മറ്റെല്ലാവരേക്കാളും കൂടുതൽ ശക്തിയുണ്ടായിരിക്കണമെന്ന് എല്ലാവരും പറഞ്ഞു.

അങ്ങനെ ഓരോ കഴിവും ഓരോ മൃഗത്തിനായി വീതിച്ചു നൽകി. അവസാനം ബുദ്ധി ആർക്കു കൊടുക്കണമെന്നായി.

"ബുദ്ധി മനുഷ്യനു കൊടുക്കാം. അവന് ശക്തി കുറവാണല്ലോ..." സിംഹം അഭിപ്രായപ്പെട്ടു.

"അയ്യോ, അതുവേണ്ട ബുദ്ധി ഒരിക്കലും മനുഷ്യന് കൊടുക്കരുത്. ബുദ്ധി ലഭിച്ചാൽ അവൻ നാട്ടിൽ മാത്രമല്ല കാട്ടിലും രാജാവാകൻ ശ്രമി ക്കും. പിന്നെ നമ്മുടെയെല്ലാം കഷ്ടകാലമായിരിക്കും." കുറുക്കൻ പറ ഞ്ഞു.

"അതെങ്ങനെ പറ്റും? ഞാനല്ലേ ഏറ്റവും ശക്തൻ അവനൊരിക്കലും എന്നെ തോൽപ്പിക്കാൻ കഴിയില്ല. ബുദ്ധി മനുഷ്യനു തന്നെയിരിക്കട്ടെ."

സിംഹം ഉറച്ച ശബ്ദത്തിൽ പറഞ്ഞു. പിന്നെ ആരും ഒന്നും പറ
ഞ്ഞില്ല. അങ്ങനെ ബുദ്ധി മനുഷ്യന് തന്നെ കൊടുത്തു.

അപ്പോഴാണ് കുറച്ചകലെ ഒരു മനുഷ്യൻ വലിയ ഒരു കൂടുണ്ടാക്കി
ക്കൊണ്ടിരിക്കുന്നത് സിംഹം കണ്ടത്.

"അതാ, അവിടെ ഒരു മനുഷ്യൻ അവന് നമ്മൾ ബുദ്ധി നൽകി
യില്ലേ. പക്ഷേ അതുകൊണ്ട് അവനെന്നെ ഒന്നും ചെയ്യാൻ കഴിയില്ലെന്ന്
ഞാനിപ്പോൾ തെളിയിച്ചു തരാം."

സിംഹം മൃഗങ്ങളോടായി പറഞ്ഞു. എന്നിട്ടവൻ മുരണ്ടുകൊണ്ട് ആ
മനുഷ്യന്റെ നേരെ ചെന്നു.

"നിന്നെ ഞാൻ കൊന്നു തിന്നാൻ പോവുകയാണ്. നിനക്ക് ബുദ്ധി
യുണ്ടല്ലോ അതുപയോഗിച്ച് രക്ഷപ്പെടാൻ പറ്റുമോ എന്ന് നോക്ക്..."

സിംഹം അലറുന്ന സ്വരത്തിൽ പറഞ്ഞു. അതുകേട്ട ആ മനുഷ്യൻ
ഞെട്ടിവിറച്ചു പോയി. പക്ഷേ ഉള്ളിലെ ഭയം അയാൾ പുറത്തുകാട്ടിയില്ല.
"എന്തെങ്കിലും ഒരു അടവെടുക്കണം." അയാൾ വിചാരിച്ചു. അതിനെ
ത്തുടർന്ന് അയാൾ ഉറക്കെ ഉറക്കെ ചിരിക്കാൻ തുടങ്ങി.

"ഒ്ഞേ; ചാവാൻ പോകുമ്പോഴും നീ ചിരിക്കുന്നോ?" സിംഹം അമ്പ
രപ്പോടെ ചോദിച്ചു. അപ്പോൾ അയാൾ പറഞ്ഞു.

"താങ്കൾ ചെയ്യാൻ പോകുന്ന പ്രവൃത്തിയെക്കുറിച്ചോർത്തപ്പോൾ
ഞാൻ ചിരിച്ചുപോയതാണ്. ഞാൻ ഈ കാട്ടിലേക്കു വന്നതുതന്നെ ഇവി
ടുത്തെ രാജാവായ താങ്കളെ കാണാനും താങ്കൾക്ക് മനോഹരമായ ഒരു
വീട് സമ്മാനിക്കാനുമാണ്." താൻ നിർമിച്ചു കൊണ്ടിരിക്കുന്ന വലിയ
കൂട് ചൂണ്ടിക്കാണിച്ചുകൊണ്ട് മനുഷ്യൻ തുടർന്നു:

"താങ്കൾക്കു വേണ്ടി ഞാൻ ഈ വീട് നിർമിച്ചുകൊണ്ടിരിക്കുകയാ
യിരുന്നു. താങ്കൾക്ക് അനേകം ശത്രുക്കളുണ്ടെന്ന് എനിക്കറിയാം. ഈ
വീട്ടിൽ താമസിച്ചാൽ താങ്കൾക്ക് അവരെയൊന്നും ഭയപ്പെടേണ്ടി വരില്ല.
അങ്ങനെ താങ്കളെ രക്ഷിക്കാൻ വന്ന എന്നെത്തന്നെയാണല്ലോ താങ്കൾ
കൊല്ലാൻ പോകുന്നതെന്നാലോചിച്ചപ്പോൾ ഞാനറിയാതെ ചിരിച്ചുപോ
യതാണ്. കുറച്ചുനേരം കൂടി കഴിഞ്ഞിരുന്നെങ്കിൽ ഈ വീട് പൂർത്തിയാ
വുമായിരുന്നു."

മനുഷ്യൻ പറഞ്ഞതുകേട്ടപ്പോൾ സിംഹത്തിനു നാണക്കേടു
തോന്നി. കുറ്റബോധത്തോടെ അയാളോടു പറഞ്ഞു.

"അയ്യോ, അങ്ങനെയാണോ? അതെനിക്കറിയില്ലായിരുന്നു സുഹൃ
ത്തേ. നിങ്ങൾ വീടുണ്ടാക്കിക്കോളൂ. നിങ്ങളെ ഞാനൊന്നും ചെയ്യില്ല."

അങ്ങനെ മനുഷ്യൻ വീണ്ടും കൂടുണ്ടാക്കാൻ തുടങ്ങി. കുറച്ചു നേര
ത്തിനുള്ളിൽ ഉറപ്പുള്ള ഒരു കൂട് തയാറായി.

"രാജാവേ, വീട് റെഡി. ഇനി താങ്കൾ ഇതിൽ കയറിക്കോളൂ. കുറ
വുകളെന്തെങ്കിലുമുണ്ടെങ്കിൽ പറയണേ. ഞാൻ ശരിയാക്കിത്തരാം.

സിംഹത്തിന് വലിയ സന്തോഷമായി. അവൻ ഓടിച്ചെന്ന് കൂട്ടിൽ കയറി. അപ്പോൾ അയാളെന്തു ചെയ്തെന്നോ; കൂടിന്റെ വാതിൽ വേഗം അടച്ചുകുറ്റിയിട്ടു. സിംഹം കൂട്ടിനുള്ളിലായി.

"എടാ മരമണ്ടൻ രാജാവേ, ബുദ്ധിയില്ലാതെ ശക്തികൊണ്ടു മാത്രം ഒന്നും ചെയ്യാനാവില്ലെന്ന് ഇപ്പോൾ നിനക്ക് മനസിലായില്ലേ... ബുദ്ധിയുണ്ടെങ്കിൽ ഏത് അപകടത്തിൽ നിന്നും രക്ഷപ്പെടാമെന്നും നിനക്കിപ്പോൾ മനസിലായിട്ടുണ്ടാവും."

അങ്ങനെ പറഞ്ഞ് അയാൾ ഉറക്കെ ചിരിക്കാൻ തുടങ്ങി.

"അയ്യോ... ആ മനുഷ്യൻ നമ്മുടെ രാജാവിനെ പിടികൂടിയല്ലോ... അയാളിനി നമ്മളേയും പിടിക്കും."

മറ്റു മൃഗങ്ങളെല്ലാം പേടിച്ച് പരക്കം പാഞ്ഞു. അതിനു ശേഷമാണത്രേ കാട്ടിലെ മൃഗങ്ങൾ മനുഷ്യരുടെ കൺവെട്ടത്തു വരാതായത്.

30
മുയലിനു കിട്ടിയ സമ്മാനം

വളരെ പണ്ടുനടന്ന കഥയാണ്. കാട്ടിലെ മൃഗങ്ങളുടെയെല്ലാം കാര ണവരായിരുന്നു കലമാൻ. ഒരുദിവസം അവനും ഭാര്യയും പുൽത്തകിടി യിലിരുന്ന് സംസാരിക്കുകയായിരുന്നു. അപ്പോഴാണ് തൊട്ടപ്പുറത്തെ കുറ്റി ച്ചെടികൾക്കിടയിലൂടെ ഒരു മുയൽ അങ്ങോട്ടുവന്നത്. കലമാനും ഭാര്യയും എന്താണ് പറയുന്നതെന്നു കേൾക്കാൻ മുയലിന് ആകാംക്ഷയായി. അവൻ ഒരു ചെറിയ മരത്തിനു ചുവട്ടിൽ ഒളിച്ചിരുന്നുകൊണ്ട് അവർ പറ യുന്നത് ചെവിയോർത്തു.

"എന്റെ കൊമ്പുകളെല്ലാം ഞാൻ ദാനം ചെയ്യാൻ തീരുമാനിച്ചു. എനിക്ക് അവ തലയിൽ ചുമന്നു മടുത്തു. പക്ഷേ, ആർക്കാണ് കൊടു ക്കേണ്ടതെന്നാണ് എനിക്കറിയാത്തത്."

ഹയ്യട! ആ കൊമ്പുകൾ എനിക്കു കിട്ടിയിരുന്നെങ്കിൽ എത്ര നന്നാ യിരുന്നു. മുയൽ വിചാരിച്ചു. പക്ഷേ അപ്പോഴേക്കും കലമാനിന്റെ ഭാര്യ ഇങ്ങനെ പറഞ്ഞു.

"ഒരു കാര്യം ചെയ്യാം. ചെറിയ കൊമ്പുകൾ നമുക്ക് പുള്ളിമാനു കൊടുക്കാം. അവനാണെങ്കിൽ നമ്മുടെ ബന്ധുവുമാണല്ലോ..."

"ശരി. അങ്ങനെ ചെയ്യാം..." കലമാൻ സമ്മതിച്ചു.

"അപ്പോൾ ഈ വലിയ കൊമ്പുകൾ ആർക്ക് കൊടുക്കും?"

അതുകേട്ട ഉടനെ മുയൽ അവിടേക്കോടി വന്നുകൊണ്ടു പറഞ്ഞു.

"ചേട്ടാ, വലിയ കൊമ്പുകൾ എനിക്കു തന്നേക്കൂ..."

"ഓഹോ; നീ ഞങ്ങൾ പറയുന്നതെല്ലാം ഒളിച്ചിരുന്നു കേൾക്കുകയാ യിരുന്നു, അല്ലേ. നീ വളരെ ചെറുതല്ലേ. ഇത്രയും വലിയ കൊമ്പുകൾ കൊണ്ട് നിനക്കൊരു പ്രയോജനവുമുണ്ടാകില്ല. കുഴപ്പങ്ങൾ ഏറെയുണ്ടാ വുകയും ചെയ്യും.

കലമാൻ ഉപദേശിച്ചു. പക്ഷേ മുയലുണ്ടോ അത് സമ്മതിക്കുന്നു. അവൻ നിർബന്ധം പിടിക്കാൻ തുടങ്ങി.

"അതൊന്നും സാരമില്ല. ചേട്ടൻ ഈ കൊമ്പുകൾ എനിക്കു തന്നെ തരണം. എനിക്ക് കുറേ ശത്രുക്കളുണ്ടെന്ന് ചേട്ടനറിയാമല്ലോ.. ഈ കൊമ്പുകൾ കിട്ടിയാൽ എനിക്കവരെയെല്ലാം പേടിപ്പിക്കാം..."

"എന്നാൽ ശരി. അവ നിനക്കു തന്നെ നൽകാം." കലമാൻ തന്റെ വലിയ കൊമ്പുകൾ മുയലിന് സമ്മാനിച്ചു.

കൊമ്പുകൾ കിട്ടിയതോടെ മുയലിന് വലിയ സന്തോഷമായി. അവൻ ആർത്തുവിളിക്കാനും തുള്ളിച്ചാടാനും തുടങ്ങി. പെട്ടെന്നാണ് അടുത്തുള്ള മരത്തിൽ നിന്നും ഒരു കായ 'ധും' എന്ന ശബ്ദത്തോടെ നിലത്തുവീണത്. അതുകേട്ട് ഞെട്ടിപ്പോയ മുയൽ തിരിഞ്ഞുനിന്ന് ഒരോട്ടം വച്ചുകൊടുത്തു. പക്ഷേ അപ്പോൾ അവന്റെ വലിയ കൊമ്പുകൾ ഒരു കാട്ടുചെടിയുടെ ചില്ലകൾക്കിടയിൽ കുരുങ്ങിപ്പോയി. അവൻ എത്ര ശ്രമിച്ചിട്ടും അവയ്ക്കിടയിൽ നിന്നും കൊമ്പ് വലിച്ചെടുക്കാനായില്ല. അവസാനം അവൻ വലിയ വായിൽ നിലവിളിക്കാൻ തുടങ്ങി. അതുകണ്ട് കലമാനും ഭാര്യയും പൊട്ടിച്ചിരിച്ചു.

"ഞാൻ പറഞ്ഞില്ലേ, നിന്നെപ്പോലെ തീരെ ചെറിയ ഒരാൾക്ക് ഇത്രയും വലിയ കൊമ്പുകൾ ദോഷം ചെയ്യുമെന്ന്. ഞാൻ പറഞ്ഞതൊന്നും നീ അനുസരിച്ചില്ല. നമുക്ക് യോജിക്കുന്ന സമ്മാനമേ നാം സ്വീകരിക്കാവൂ. നമുക്ക് പറ്റാത്തവയാണെങ്കിൽ വെറുതെ കിട്ടിയാലും സ്വീകരിക്കരുത്. ആ കൊമ്പുകൾ എനിക്കു തിരിച്ചു തന്നേക്കൂ. പകരം ഞാൻ നിനക്ക് വലിയ ചെവികൾ തരാം. എങ്കിൽ പിന്നെ മറ്റുള്ളവർ പറയുന്ന തെല്ലാം നിനക്ക് വ്യക്തമായി കേൾക്കുകയും ചെയ്യാം..."

കലമാൻ പറഞ്ഞതുകേട്ടപ്പോൾ മുയലിന് ആശ്വാസമായി അവൻ കൊമ്പുകൾ കലമാന് തിരിച്ചു നൽകി. ആ നിമിഷം തന്നെ അവന്റെ ചെറിയ ചെവികൾ അപ്രത്യക്ഷമാവുകയും പകരം വലിയ നീണ്ട ചെവികൾ ഉണ്ടാവുകയും ചെയ്തു.

മുയലുകൾക്ക് വലിയ ചെവികൾ ഉണ്ടായത് അങ്ങനെയാണെന്നാണ് വിശ്വാസം.

31

യഥാർഥ സമ്പാദ്യം

പാവെലും ഫ്യോദറും കൂട്ടുകാരായിരുന്നു. പാവെലിന് കുതിരക ളെന്നു വച്ചാൽ ജീവനാണ്. ലോകത്തിലെ ഏറ്റവും വലിയ സമ്പാദ്യം കുതിരകളാണെന്നാണ് മൂപ്പരുടെ പക്ഷം. ഒരിക്കൽ അവൻ ഫ്യോദറി നോട് പറഞ്ഞു.

"എനിക്ക് നൂറ് കുതിരകളുണ്ടായിരുന്നെങ്കിൽ ലോകത്തിലെ ഏറ്റവും സന്തോഷമുള്ള വ്യക്തി ഞാനായിരിക്കും."

അതുകേട്ടപ്പോൾ ഫ്യോദർ പറഞ്ഞതിങ്ങനെ.

"കുതിരകൾ നല്ലതുതന്നെ. പക്ഷേ അവയേക്കാൾ എനിക്കിഷ്ടം സുഹൃത്തുക്കളെയാണ്. എനിക്ക് നൂറ് സുഹൃത്തുക്കളുണ്ടായിരുന്നെങ്കിൽ ഈ ലോകത്തിലെ ഏറ്റവും സന്തോഷമുള്ള വ്യക്തി ഞാനായിരിക്കും."

അവർ രണ്ടുപേരും ഈ കാര്യത്തെച്ചൊല്ലി വളരെനേരം തർക്കിച്ചു. കുതിരകളാണോ നല്ലത്, അതോ സുഹൃത്തുക്കളോ? അവസാനം അയൽ രാജ്യങ്ങളിൽ പോയി കുതിരകളേയും സുഹൃത്തുക്കളേയും സമ്പാദി ക്കാനും തുടർന്ന് തങ്ങൾക്കുണ്ടാവുന്ന അനുഭവങ്ങൾ പരസ്പരം പങ്കു വെയ്ക്കുവാനും അവർ തീരുമാനിച്ചു.

അങ്ങനെ രണ്ടുപേരും യാത്ര തിരിച്ചു. ഒരു വർഷത്തോളം അവർ പരസ്പരം കാണാതെ അയൽനാടുകളിൽ ചുറ്റിക്കറങ്ങി കുതിരകളേയും സുഹൃത്തുക്കളേയും സമ്പാദിച്ചു. അതിനുശേഷം സ്വന്തം ഗ്രാമത്തിൽ തിരിച്ചെത്തി അവർ വീണ്ടും കണ്ടുമുട്ടി.

പാവെൽ ചോദിച്ചു

"സ്നേഹിതാ താങ്കളുടെ യാത്രയൊക്കെ എങ്ങനെ? സുഹൃത്തു ക്കളെ സമ്പാദിച്ചോ?"

"ഞാൻ തൊണ്ണൂറ്റിയൊൻപത് സുഹൃത്തുക്കളെ സമ്പാദിച്ചു."

ഫ്യോദർ പറഞ്ഞു. "താങ്കളുടെ സ്ഥിതിയെന്തോണ്?" കുതിരകളെ സമ്പാ
ദിച്ചോ?"

"ഞാൻ തൊണ്ണൂറ്റിയൊൻപത് കുതിരകളേയും സമ്പാദിച്ചു. ഒന്നി
നെക്കൂടി കിട്ടിയിരുന്നെങ്കിൽ നൂറെണ്ണം തികയ്ക്കാമായിരുന്നു."

"ഒരു കാര്യം ചെയ്തോളൂ, എന്റെ കുതിരയെ ഞാൻ താങ്കൾക്കു
തരാം. അപ്പോൾ നൂറ് തികയുമല്ലോ."

ഫ്യോദർ നിർദേശിച്ചു. അപ്പോൾ പാവെൽ പറഞ്ഞു.

"അങ്ങനെയാണെങ്കിൽ എനിക്ക് സന്തോഷമായി. താങ്കൾ തൊണ്ണൂ
റ്റിയൊൻപത് സുഹൃത്തുക്കളെ സമ്പാദിച്ചു എന്നല്ലേ പറഞ്ഞത്. അവ
രോടൊപ്പം ഞാനും കൂടി ചേർന്നാൽ താങ്കൾക്കു നൂറ് തികയുമല്ലോ.."

രണ്ടുപേർക്കും വലിയ സന്തോഷമായി. പാവെൽ വീട്ടിലെത്തി. അമ്മ
യോട് പറഞ്ഞു.

"അമ്മേ എന്റെ ഇത്രയും കാലത്തെ സ്വപ്നം സഫലമായി. എനി
ക്കിപ്പോൾ സ്വന്തമായി നൂറ് കുതിരകളുണ്ട്."

അതുകേട്ടപ്പോൾ അമ്മയ്ക്കും സന്തോഷമായി.

ഫ്യോദറും വീട്ടിലെത്തി അമ്മയോട് ഇങ്ങനെ പറഞ്ഞു.

"അമ്മേ, എന്റെ ഇത്രയും കാലത്തെ സ്വപ്നം സഫലമായി. ഞാൻ
നൂറ് സുഹൃത്തുക്കളെ സമ്പാദിച്ചു."

അപ്പോൾ അമ്മ ഇങ്ങനെ അഭിപ്രായപ്പെട്ടു.

"നൂറ് സുഹൃത്തുക്കളെ സമ്പാദിച്ചത് നല്ല കാര്യം തന്നെ. പക്ഷേ
അവർ ആത്മാർഥതയുള്ളവരാണോ എന്നറിയണം."

"അതെങ്ങനെ?" ഫ്യോദർ ആകാംക്ഷയോടെ ചോദിച്ചു.

നീ ഇപ്പോൾത്തന്നെ ചന്തസ്ഥലത്തു ചെന്ന് നിന്റെ സമ്പാദ്യമെല്ലാം
നഷ്ടപ്പെട്ടുപോയെന്നും ജീവിക്കാൻ ഇനി യാതൊരു മാർഗവുമില്ലെന്നും
വിളിച്ചു പറയണം. അതുകേൾക്കുമ്പോൾ നിന്റെ സുഹൃത്തുക്കൾ എന്തു
ചെയ്യുമെന്ന് നോക്കാമല്ലോ.."

ഫ്യോദർ അമ്മ പറഞ്ഞതുപോലെത്തന്നെ ചെയ്തു.

അന്നു രാത്രി പാവെലിന്റെ വീട്ടിൽ കള്ളൻമാർ കയറി. പാവെലും
അമ്മയും ഉറങ്ങുന്ന തക്കം നോക്കി അവർ പാവെലിന്റെ നൂറ് കുതിരക
ളേയും മോഷ്ടിച്ചു കൊണ്ടുപോയി.

പിറ്റേന്നു രാവിലെയാണ് തന്റെ കുതിരകൾ നഷ്ടപ്പെട്ട വിവരം
പാവെൽ അറിയുന്നത്. അവൻ അത്യധികം ദുഃഖിച്ചു. കുതിരകളെയന്വേ
ഷിച്ച് പലയിടത്തും അലഞ്ഞെങ്കിലും ഒരിടത്തും അവയെ കണ്ടെത്താൻ
അവനു കഴിഞ്ഞില്ല. നിരാശനായി വീട്ടിൽ തിരിച്ചെത്തിയ അവൻ അമ്മ
യോട് പറഞ്ഞു:

"ഒരൊറ്റ ദിവസം മാത്രമേ എനിക്ക് സന്തോഷം ലഭിച്ചുള്ളൂ. ഇപ്പോൾ
ലോകത്തിലെ ഏറ്റവും വലിയ ദുഃഖിതൻ ഞാനാണ്."

അതുകേട്ട് അമ്മയും വളരെയേറെ ദുഃഖിച്ചു.

ഈ സമയം ഫ്യോദറിന്റെ വീട്ടിൽ എന്താണ് നടന്നതെന്നോ? അതി രാവിലെത്തന്നെ ഫ്യോദറിന്റെ കൂട്ടുകാർ പണവും വസ്ത്രങ്ങളും ഭക്ഷ ണസാധനങ്ങളുമായി അവിടെയെത്തി. അവയെല്ലാം ഫ്യോദറിനെ ഏൽപ്പി ച്ചുകൊണ്ട് അവർ പറഞ്ഞു.

"താങ്കൾ ഒരിക്കലും ദുഃഖിക്കേണ്ടതില്ല. ഞങ്ങൾ ജീവിച്ചിരിക്കുന്നി ടത്തോളംകാലം താങ്കൾക്ക് ഒരു പ്രശ്നവുമുണ്ടാവില്ല."

അത് കേട്ടപ്പോൾ ഫ്യോദറിനും അമ്മയ്ക്കും വളരെ സന്തോഷമാ യി. സുഹൃത്തുക്കൾ പോയപ്പോൾ അമ്മ പറഞ്ഞു.

"നിന്റെ സുഹൃത്തുക്കൾ ആത്മാർഥതയുള്ളവർ തന്നെ. നീ ആപ ത്തിൽ പെട്ടെന്നറിഞ്ഞപ്പോൾ അവർ സഹായിക്കാനായി ഓടിയെത്തി യതു കണ്ടില്ലേ? അവരാണ് യഥാർഥ സുഹൃത്തുക്കൾ.."

ആ സമയത്താണ് പാവെലിന്റെ കുതിരകളെയെല്ലാം കള്ളന്മാർ കൊണ്ടുപോയ കാര്യം ഫ്യോദർ അറിഞ്ഞത്.

അവൻ ഉടൻ തന്നെ പാവെലിന്റെ വീട്ടിലേക്കു തിരിച്ചു. തന്റെ സുഹൃ ത്തുക്കൾ നൽകിയ പണവും വസ്ത്രങ്ങളും മറ്റും പാവെലിനു സമ്മാനി ച്ചുകൊണ്ട് ഫ്യോദർ പറഞ്ഞു.

"സുഹൃത്തേ, നഷ്ടപ്പെട്ടതിനെക്കുറിച്ചോർത്ത് ഒരിക്കലും ദുഃഖിക്ക രുത്. അതുകൊണ്ട് ഒരു പ്രയോജനവുമില്ല. ഇതാ; ഇവയെല്ലാം താങ്കൾക്കു ള്ളതാണ്. ഇവ സ്വീകരിച്ച് സന്തോഷത്തോടെ ജീവിക്കൂ. നല്ല സുഹൃ ത്തുക്കളുള്ളവർക്ക് ദുഃഖിക്കേണ്ടി വരില്ല. ഏത് ദൗർഭാഗ്യത്തേയും അവർക്ക് തരണം ചെയ്യാനാവും."

"ശരിയാണ്. എനിക്കെല്ലാം മനസിലായി. മറ്റെന്ത് സമ്പാദ്യത്തേ ക്കാളും വിലമതിക്കേണ്ടത് സുഹൃത്തുക്കളെയാണ്. വിശ്വസ്തനായ സുഹൃത്തിനെക്കാൾ അമൂല്യമായ മറ്റൊന്നുമില്ല."

പാവെൽ സമ്മതിച്ചു. പിന്നീടവർ സന്തോഷത്തോടെ ജീവിച്ചു.

32

അത്യാഗ്രഹം വരുത്തിയ വിന

ഒരു ഗ്രാമത്തിൽ ഒരു അപ്പൂപ്പനും അമ്മൂമ്മയുമുണ്ടായിരുന്നു. അവർ ദരിദ്രരായിരുന്നു. ഭക്ഷണമൊക്കെ കഷ്ടിയായിരുന്നു. ഒരുവിധം തട്ടി മുട്ടിയാണ് അവർ കഴിഞ്ഞുകൂടിയിരുന്നത്.

ഒരു ദിവസം അമ്മൂമ്മ ഭക്ഷണമുണ്ടാക്കാൻ ഒരുങ്ങുകയയായിരുന്നു. അപ്പോഴാണ് വിറകെല്ലാം തീർന്നിരിക്കുന്ന കാര്യം അമ്മൂമ്മയ്ക്ക് ഓർമ വന്നത്. അവർ ഉടൻ തന്നെ അപ്പൂപ്പനെ വിളിച്ച് കാട്ടിൽ പോയി ഒരു മരം വെട്ടിക്കൊണ്ടുവരാൻ പറഞ്ഞു.

അപ്പൂപ്പൻ മഴുവുമെടുത്ത് കാട്ടിലേക്ക് പോയി. അവിടെ വിറകിനുപ റ്റിയ മരം നോക്കി അയാൾ കുറേ നടന്നു. അവസാനം അപ്പൂപ്പൻ വലിയ ഒരു ദേവദാരുമരം കണ്ടെത്തി.

"ഈ മരം തന്നെ വെട്ടാം." അങ്ങനെ പറഞ്ഞുകൊണ്ട് അപ്പൂപ്പൻ ആ മരത്തിനു നേരെ തന്റെ മഴു ഉയർത്തി. എന്തൊരത്ഭുതം! ആ മരം അതാ അപ്പൂപ്പന്റെ മുന്നിൽ കുനിഞ്ഞു നിന്നുകൊണ്ട് മനുഷ്യരെപ്പോലെ സംസാരിക്കുന്നു!

"എന്നെ കൊല്ലരുതേ, എന്നെ വെറുതെ വിട്ടാൽ അപ്പൂപ്പൻ ആഗ്ര ഹിക്കുന്നതെല്ലാം ഞാൻ നൽകാം."

അപ്പൂപ്പൻ അതു കേട്ട് അമ്പരന്നുപോയി. "ഭേ! സംസാരിക്കുന്ന മരമോ... ഇതൊരു മാന്ത്രികശക്തിയുള്ള മരം തന്നെ..."

പിന്നീടവിടെ നിൽക്കാതെ അപ്പൂപ്പൻ വീട്ടിലേക്കു പാഞ്ഞു.

വീട്ടിലെത്തിയ അപ്പൂപ്പൻ നടന്നതെല്ലാം അമ്മൂമ്മയോട് പറഞ്ഞു.

പക്ഷേ അമ്മൂമ്മയുണ്ടോ അതെല്ലാം വിശ്വസിക്കുന്നു. അരിശ ത്തോടെ അവർ പറഞ്ഞു.

"നിങ്ങൾക്കെന്താ കിറുക്കുണ്ടോ? മനുഷ്യരെപ്പോലെ മരത്തിന് സംസാരിക്കാൻ കഴിയുമോ? വേഗം പോയി ആ മരത്തിൽ നിന്ന് കുറച്ചു ചില്ലകളെങ്കിലും മുറിച്ചുകൊണ്ടുവാ. അല്ലെങ്കിൽ ഭക്ഷണമുണ്ടാക്കാൻ എനിക്ക് പറ്റില്ല.

അപ്പൂപ്പൻ വീണ്ടും ദേവദാരു മരത്തിനടുത്തെത്തി.

"ഞാൻ പറഞ്ഞതൊന്നും ഭാര്യ വിശ്വസിക്കുന്നില്ല. നിന്റെ കുറേ ചില്ലകളെങ്കിലും മുറിച്ചെടുത്ത് വീട്ടിലെത്തിക്കാനാണ് അവൾ പറയുന്ന്. അതില്ലാതെ ചെന്നാൽ അവളെന്നെ കൊന്നുകളയും."

അപ്പോൾ ദേവദാരുമരം വീണ്ടും പറഞ്ഞു.

"എന്നെ മുറിക്കരുതേ... ഞാൻ പറഞ്ഞതൊന്നും ഒരിക്കലും നട ക്കാതിരിക്കില്ല. താങ്കൾ എന്ത് ആഗ്രഹിച്ചാലും അത് നടക്കുകതന്നെ ചെയ്യും."

അപ്പൂപ്പൻ വീണ്ടും വീട്ടിലെത്തി. അപ്പോൾ അവിടെ കണ്ടകാഴ്ച അയാളെ കുറച്ചൊന്നുമല്ല സന്തോഷിപ്പിച്ചത്. വീടിന്റെ മുറ്റത്ത് അതാ വലിയ കുന്നുപോലെ വിറകുകൾ കൂട്ടിയിട്ടിരിക്കുന്നു.

"അതൊരു സാധാരണ മരമല്ലെന്ന് ഞാൻ പറഞ്ഞില്ലേ... ഹമ്പട! നമുക്ക് എത്ര വിറകാണ് കിട്ടിയത്..."

അപ്പൂപ്പൻ സന്തോഷത്തോടെ അമ്മൂമ്മയോട് പറഞ്ഞു.

പക്ഷേ അമ്മൂമ്മയ്ക്ക് അതുകൊണ്ടൊന്നും തൃപ്തിയായില്ല. അവർ നീരസത്തോടെ പറഞ്ഞു.

"ഹും! വിറക് മാത്രം കിട്ടിയിട്ട് എന്താ കാര്യം? നിങ്ങൾ പോയി ആ മരത്തിനോട് കുറച്ചു ഗോതമ്പുമാവ് തരാൻ പറ..."

അപ്പൂപ്പൻ വീണ്ടും കാട്ടിലേക്കോടി ദേവദാരുമരത്തിനടുത്തെത്തി. മടിച്ചുമടിച്ച് അയാൾ അതിനോടു പറഞ്ഞു.

"എന്റെ ഭാര്യ കുറച്ച് ഗോതമ്പുമാവ് വേണമെന്നു പറഞ്ഞിരിക്കു ന്നു. അതിനുവേണ്ടി അവൾ എന്നെ പറഞ്ഞയച്ചതാണ്.."

"അതിനെന്താ അപ്പൂപ്പാ... താങ്കൾ വീട്ടിലേക്ക് പൊയ്ക്കോളൂ. ഗോതമ്പ് മാവ് അവിടെ എത്തിയിരിക്കും."

അപ്പൂപ്പൻ അതുകേട്ട് സന്തോഷത്തോടെ വീട്ടിലേക്കു പോയി. അവി ടെയെത്തിയപ്പോഴല്ലേ രസം! അവരുടെ കളപ്പുരയിലതാ നിരവധി ഗോതമ്പ് മാവ് നിറച്ച ചാക്കുകൾ അട്ടിയിട്ടിരിക്കുന്നു! അതു കണ്ട് അപ്പൂപ്പൻ വള രെയധികം സന്തോഷിച്ചു. അയാൾ അമ്മൂമ്മയോട് പറഞ്ഞു

"നീയിതു കണ്ടില്ലേ.. ഇനി ജീവിതകാലം മുഴുവൻ നമുക്ക് പട്ടിണി യില്ലാതെ കഴിയാം. എന്നും അപ്പവും റൊട്ടിയും തിന്നാം."

പക്ഷേ, സന്തോഷത്തിനു പകരം അമ്മൂമ്മയ്ക്ക് അരിശമാണു വന്ന ത്. അവർ നീരസത്തോടെ പറഞ്ഞു: "ഹും! ഗോതമ്പ് മാവ് കിട്ടിയിട്ടെന്തു കാര്യം? എനിക്ക് സ്വർണമാണ് വേണ്ടത്. വേഗം ആ മരത്തിനടുത്തു ചെന്ന് വലിയ രണ്ടു പെട്ടി നിറയെ സ്വർണം ആവശ്യപ്പെടൂ. അതില്ലാതെ ഇങ്ങോട്ടു വന്നേക്കരുത്..."

അമ്മൂമ്മയുടെ അത്യാർത്തി കണ്ടപ്പോൾ അപ്പൂപ്പന് വലിയ വിഷമ
മായി. പക്ഷേ, അയാളെന്തു ചെയ്യാനാണ്? അയാൾ വീണ്ടും മരത്തിനടു
ത്തെത്തി മടിച്ചു മടിച്ചു കാര്യം പറഞ്ഞു.

"അതിനെന്താ അപ്പൂപ്പാ... താങ്കൾ വീട്ടിലേക്കു പൊയ്ക്കോള്ളൂ.
അമ്മൂമ്മയുടെ ആഗ്രഹം പോലെത്തന്നെ നടക്കും."

മരം ഉറപ്പു നൽകി. അതുകേട്ടപ്പോൾ സന്തോഷത്തോടെ വീട്ടിലേക്കു
തിരിച്ചു.

അവിടെയെത്തിയപ്പോൾ അയാൾ കണ്ടതെന്താണെന്നോ? വലിയ
രണ്ടുപെട്ടികളിൽ നിറയെ മിന്നിത്തിളങ്ങുന്ന സ്വർണനാണയങ്ങൾ!

"ഇത്രയും സ്വർണം ഇവിടെയുണ്ടെന്ന് ആരെങ്കിലും അറിഞ്ഞാൽ
കുഴപ്പമാവും. അതുകൊണ്ട് നമുക്കിത് എവിടെയെങ്കിലും ഒളിപ്പിച്ചു
വെക്കാം."

അമ്മൂമ്മ പറഞ്ഞു.

"ശരിയാണ്.. വല്ല കള്ളന്മാരാരെങ്കിലും വന്ന് ഇത് എടുത്തുകൊ
ണ്ടുപോയാലോ.."

അപ്പൂപ്പനും അത് ശരിവെച്ചു.

"പക്ഷേ പെട്ടി എവിടെ ഒളിപ്പിച്ചു വെക്കും? രണ്ടു പെട്ടിയും വളരെ
വലുതാണ്. വീട്ടിനുള്ളിൽ അത് ഒളിപ്പിച്ചുവെക്കാനുള്ള സൗകര്യമില്ല."

അവർ രണ്ടുപേരും തലപുകഞ്ഞാലോചിച്ചു. പക്ഷേ രണ്ടുപേർക്കും
ഒരുബുദ്ധിയും തോന്നിയില്ല.

ദിവസങ്ങൾ കഴിയുന്തോറും സ്വർണത്തെക്കുറിച്ചുള്ള അവരുടെ
ആധി വർധിച്ചു വന്നു. കള്ളന്മാരെങ്ങാനും വന്ന് അത് അടിച്ചുകൊണ്ടു
പോകുമോ? രണ്ടുപേരും പിന്നെയും തലപുകഞ്ഞാലോചിച്ചു. അവസാനം
അമ്മൂമ്മക്ക് ഒരു ഉപായം തോന്നി. അവർ അപ്പൂപ്പനോട് പറഞ്ഞു.

"വേഗം ആ മരത്തിന്റെ അടുത്തേക്ക് പോകൂ. എന്നിട്ട് എല്ലാവരും
പേടിക്കുന്ന രൂപത്തിൽ നമ്മെ മാറ്റിത്തരുവാൻ അതിനോടു പറയൂ. നമ്മളെ
കാണുമ്പോൾത്തന്നെ എല്ലാവരും പേടിച്ചു വിറയ്ക്കണം. അങ്ങനെയാ
ണെങ്കിൽ ആരും ഇവിടെ വന്ന് സ്വർണം മോഷ്ടിക്കാൻ ധൈര്യപ്പെടില്ല."

ആ ഉപായം കൊള്ളാമെന്ന് അപ്പൂപ്പനും തോന്നി. അങ്ങനെ അയാൾ
വീണ്ടും ദേവദാരുമരത്തിനടുത്തെത്തി.

"സുഹൃത്തേ, ആ സ്വർണത്തെക്കുറിച്ച് ചിന്തിച്ച് ഞങ്ങൾ ആകെ
പേടിച്ചിരിക്കുകയാണ്. കള്ളന്മാർ വന്ന് അത് മോഷ്ടിച്ചുകൊണ്ടുപോ
കുമോ എന്നാണ് ഞങ്ങളുടെ ഭയം. അതുകൊണ്ട് ഞങ്ങളുടെ രൂപമൊന്ന്
മാറ്റിത്തരണം. ആരു കണ്ടാലും പേടിക്കുന്ന രൂപം ഞങ്ങൾക്കു കിട്ടണം.
എന്നാൽ പിന്നെ ഞങ്ങളുടെ വീട്ടിലേക്ക് വരാൻ ആരും ധൈര്യപ്പെടില്ല.
സ്വർണം ആരും മോഷ്ടിക്കുകയുമില്ല.

അപ്പൂപ്പന്റെ അപേക്ഷ കേട്ടപ്പോൾ ദേവദാരുമരം പറഞ്ഞു.

"ശരി; അങ്ങനെയാവട്ടെ. താങ്കൾ വീട്ടിലേക്ക് പൊയ്ക്കോളൂ. ആഗ്ര ഹിച്ചതുപോലെത്തന്നെ നടക്കും. ഇനി മുതൽ നിങ്ങളെ കണ്ടാൽ മനു ഷ്യർ മാത്രമല്ല മൃഗങ്ങളും പേടിക്കും..."

മരം പറഞ്ഞതുകേട്ട് അപ്പൂപ്പൻ അത്യധികം സന്തോഷിച്ചു. അയാൾ ഉടൻ തന്നെ വീട്ടിലേക്കു തിരിച്ചു.

"എടീ; ഇനി നമുക്ക് ആരേയും പേടിക്കേണ്ടതില്ല. ആ മരം നമ്മുടെ രൂപം മാറ്റിത്തരാമെന്നു പറഞ്ഞിട്ടുണ്ട്."

അപ്പൂപ്പൻ പറഞ്ഞുതീർന്നില്ല, അപ്പോഴേക്കും ഭീകരന്മാരായ രണ്ടു കരടികൾ അവിടെ പ്രത്യക്ഷപ്പെട്ടു. ആരു കണ്ടാലും പേടിച്ചുവിറച്ചുപോ കുന്ന ആ ഭീകര സത്വങ്ങൾ ആരാണെന്ന് മനസിലായില്ലേ? നമ്മുടെ അപ്പൂപ്പനും അമ്മൂമ്മയും തന്നെ. അത്യാർത്തി വരുത്തിയ വിന നോക്ക ണേ...

33
സഞ്ചാരി

63രിക്കൽ ഒരു സഞ്ചാരി വലിയ ഒരു യാത്ര കഴിഞ്ഞ് മടങ്ങുകയാ
യിരുന്നു. നേരം ഇരുട്ടിത്തുടങ്ങിയപ്പോൾ അയാൾ ഒരു ഗ്രാമത്തിലെത്തി
ച്ചേർന്നു. അന്നത്തെ രാത്രി എവിടെയെങ്കിലും കഴിച്ചുകൂട്ടി പിറ്റേന്നു
രാവിലെ യാത്ര തുടരാമെന്ന് അയാൾ നിശ്ചയിച്ചു. പക്ഷേ അടുത്തൊന്നും
സത്രമോ സഞ്ചാരികൾക്കുള്ള താമസസ്ഥലങ്ങളോ ഉണ്ടായിരുന്നില്ല. അതി
നാൽ അയാൾ അടുത്തുകണ്ട വലിയ ഒരു വീട്ടിലേക്കു കയറിച്ചെന്ന്
അവിടെ രാത്രി ചെലവഴിക്കാനുള്ള അനുവാദം നൽകുമോ എന്നു
ചോദിച്ചു.

യാതൊരു ദയയുമില്ലാത്ത ഒരു ഭയങ്കരിയായിരുന്നു അവിടുത്തെ വീട്ടു
കാരി. അതുകൊണ്ടു തന്നെ അവൾ പറഞ്ഞതെന്താണെന്നോ

"ഇവിടെ കിടക്കാനൊന്നും പറ്റില്ല. വേഗം പൊയ്ക്കോ... അല്ലെങ്കിൽ
ഞാൻ നായ്ക്കളെ അഴിച്ചുവിടും..."

പാവം സഞ്ചാരി. വീട്ടുകാരി പറഞ്ഞതുകേട്ട് അയാൾ അവിടെ നിന്നി
റങ്ങി.

കുറച്ചുദൂരം നടന്നപ്പോൾ അയാൾ ഒരു ചെറിയ കുടിൽ കണ്ടു.
'ഇവിടെ ഒന്നു ചോദിച്ചു നോക്കാം.' അങ്ങനെ വിചാരിച്ച് അയാൾ ആ
കുടിലിനുള്ളിലേക്കു കയറിച്ചെന്നു.

"ഞാനൊരു ദൂരയാത്ര കഴിഞ്ഞു മടങ്ങുകയാണ്. ഈ രാത്രി കഴി
യാൻ ഒരിടം വേണം. ഇന്ന് ഇവിടെ എന്നെ താമസിക്കാൻ അനുവദി
ച്ചാൽ വലിയ ഉപകാരമായിരിക്കും."

സഞ്ചാരി വീട്ടുകാരിയോട് പറഞ്ഞു.

"അതിനെന്താ, താങ്കൾക്ക് ഇന്നിവിടെ താമസിക്കാമല്ലോ..."

വീട്ടുകാരി വളരെ സന്തോഷത്തോടെ സഞ്ചാരിയെ ക്ഷണിച്ചു.

വളരെ ദരിദ്രമായ ഒരു കുടുംബമായിരുന്നു അത്. വീട്ടുകാരിയുടെ ഭർത്താവ് മരിച്ചുപോയതായിരുന്നു. നല്ല ഭക്ഷണമോ കുട്ടികൾക്ക് നല്ല കുപ്പായങ്ങളോ ഉണ്ടായിരുന്നില്ല. മിക്ക ദിവസവും അവർ പട്ടിണിയായി രുന്നു.

പക്ഷേ അവരുടെ ദാരിദ്ര്യമൊന്നും വീട്ടുകാരി പുറത്തുകാണിച്ചതേ യില്ല. വളരെയേറെ സ്നേഹത്തോടും ആതിഥ്യമര്യാദയോടും കൂടി അവർ അയാളെ സൽക്കരിച്ചു.

പിറ്റേന്നു രാവിലെയായി. സഞ്ചാരിയാത്രയ്ക്കൊരുങ്ങി. ഇറങ്ങാൻ നേരം അയാൾ വീട്ടുകാരിയെ വിളിച്ച് ഇങ്ങനെ പറഞ്ഞു.

"രാവിലെ നിങ്ങൾ എന്താണോ ചെയ്യുന്നത് അത് രാത്രി വരെ തുട രും." അത്രയും പറഞ്ഞ് സഞ്ചാരി യാത്രയായി. അയാൾ പറഞ്ഞതിന്റെ അർഥം എത്ര ആലോചിച്ചിട്ടും വീട്ടുകാരിക്ക് മനസിലായില്ല. ക്രമേണ അത് അവർ മറക്കുകയും ചെയ്തു.

ആ വീട്ടിൽ കുറച്ച് പട്ടുനൂലുണ്ടായിരുന്നു. അതുകൊണ്ട് കുട്ടിക ളുടെ കീറിയ കുപ്പായങ്ങൾ തുന്നി ശരിയാക്കാൻ അവർ തീരുമാനിച്ചു.

"ആദ്യം പട്ടുനൂൽ എത്രയുണ്ടെന്ന് അളന്നുനോക്കാം..." അവർ വിചാ രിച്ചു. ആ വീട്ടിൽ അളവുകോൽ ഇല്ലായിരുന്നു. അതിനാൽ അടുത്തുള്ള ആ വലിയ വീട്ടിൽ നിന്നും അവർ അളവുകോൽ വാങ്ങിക്കൊണ്ടുവന്നു. പട്ടുനൂലെടുത്ത് അളക്കാൻ തുടങ്ങിയപ്പോഴല്ലേ രസം! അളന്നിട്ടും അള ന്നിട്ടും പട്ടുനൂൽ തീരുന്നതേയില്ല. അളക്കുന്തോറും അത് ഉണ്ടായിക്കൊ ണ്ടേയിരുന്നു. അന്ന് രാത്രി വരെ അവർ പട്ടുനൂൽ അളന്നുകൊണ്ടിരു ന്നു. അപ്പോഴേക്കും ആ വീടു മുഴുവൻ മനോഹരമായ പട്ടുനൂൽ നിറ ഞ്ഞിരുന്നു.

എന്തിനധികം പറയുന്നു ആ പട്ടുനൂൽ മുഴുവൻ അവർ പിറ്റേന്ന് ചന്തയിൽ കൊണ്ടുപോയി വിറ്റു. അതിനവർക്ക് വളരെ വലിയ ഒരു തുകയും കിട്ടി.

അങ്ങനെ അവരുടെ ദാരിദ്ര്യം മാറി. മറ്റുള്ളവരെപ്പോലെ നല്ല ഭക്ഷണം കഴിച്ച്, നല്ല വസ്ത്രങ്ങൾ ധരിച്ച് അവർ അന്തസ്സായി ജീവി ക്കാൻ തുടങ്ങി.

ഈ വിശേഷമെല്ലാം അയൽക്കാരിയായ വലിയ വീട്ടിലെ സ്ത്രീ അറിഞ്ഞു.

"അയ്യടാ; ആ സഞ്ചാരി അന്നിവിടെ വന്നപ്പോൾ ആട്ടിയോടിച്ചത് വലിയ കഷ്ടമായിപ്പോയി. അല്ലായിരുന്നെങ്കിൽ എളുപ്പം പണമുണ്ടാക്കാ നുള്ള ഉപായം അയാൾ പറഞ്ഞുതന്നേനെ. ഇനിയിപ്പോൾ എന്താണ് ചെയ്യുക?"

അത്യാഗ്രഹിയായ അയൽക്കാരി ഏറെ നേരം തലപുകഞ്ഞാലോ ചിച്ചു. ആ സഞ്ചാരിയെ എങ്ങനെയെങ്കിലും കണ്ടുപിടിച്ചിട്ടുതന്നെ കാര്യം. അവർ തീരുമാനിച്ചു. അതിനെത്തുടർന്ന് അവർ തന്റെ വേലക്കാരെ വിളിച്ച്

ആ സഞ്ചാരിയെ എങ്ങനെയെങ്കിലും കണ്ടുപിടിച്ച് വീട്ടിലേക്ക് കൂട്ടി
ക്കൊണ്ടു വരാൻ ആവശ്യപ്പെട്ടു.

പലസ്ഥലത്തും തിരഞ്ഞ് വേലക്കാർ സഞ്ചാരിയെ കണ്ടെത്തി.
അവർ അയാളെ വീട്ടിലേക്കു കൊണ്ടുവന്നു.

അയൽക്കാരി വെളുക്കെ ചിരിച്ചുകൊണ്ട് സഞ്ചാരിയെ സ്വീകരിച്ചു.
അവർ അയാൾക്ക് വിഭവസമൃദ്ധമായ ഭക്ഷണം നൽകി. കിടക്കാൻ പട്ടു
മെത്ത ഒരുക്കി.

പിറ്റേന്നു രാവിലെ സഞ്ചാരി പുറപ്പെടാനൊരുങ്ങി. അപ്പോൾ
അയൽക്കാരി അയാളുടെ അടുത്തു വന്നു ചോദിച്ചു.

"താങ്കൾ പോകുന്നതിനു മുൻപ് എനിക്കെന്തു വരമാണ് നൽകാൻ
പോകുന്നത്?"

സഞ്ചാരി അതുകേട്ട് ഒന്നു പുഞ്ചിരിച്ചു. എന്നിട്ട് പതുക്കെ പറഞ്ഞു.

"രാവിലെ നിങ്ങൾ എന്താണോ ചെയ്യുന്നത് അത് രാത്രി വരെ തുട
രും."

അയൽക്കാരിക്ക് സന്തോഷമായി.

"വേഗം അളവുകോലെടുത്ത് പട്ടുനൂൽ അളക്കാം. അയൽപക്കത്തെ
സ്ത്രീക്ക് ലഭിച്ചതിനേക്കാൾ കൂടുതൽ പട്ടുനൂൽ എനിക്ക് കിട്ടണം..."

പക്ഷേ അപ്പോഴെന്തുണ്ടായെന്നോ? അയൽക്കാരി പെട്ടെന്ന് ഒന്നു
തുമ്മിപ്പോയി. അപ്പോഴല്ലേ രസം! തുമ്മൽ നിൽക്കുന്നില്ല. തുമ്മലോടു
തുമ്മൽ തന്നെ. ഭക്ഷണം കഴിക്കാൻ കഴിയാതെ, വെള്ളം പോലും കുടി
ക്കാനാവാതെ രാത്രിയാവോളം അവർ തുമ്മിക്കൊണ്ടിരുന്നു. രാത്രിയാ
യപ്പോഴേക്കും തുമ്മിത്തുമ്മി അവർ തളർന്നുപോയി. അത്യാഗ്രഹത്തി
ന്റെയും അസൂയയുടേയും ഫലം നോക്കണേ...

34

കുറുക്കനും നായയും

കുറുക്കനെക്കൊണ്ട് പൊറുതിമുട്ടി. ഓരോ ദിവസവും അവന്റെ ശല്യം കൂടിക്കൊണ്ടിരിക്കുകയാണ്. ഇങ്ങനെ പോയാൽ തങ്ങളുടെ കാര്യം കഷ്ടത്തിലാകും. കോഴികളെല്ലാം ഒത്തുകൂടി ആലോചിച്ചു. കുറുക്കന്റെ ശല്യം ഇല്ലാതാക്കാൻ എന്തു ചെയ്യണം?

"നമുക്ക് കരടിച്ചേട്ടനെ കണ്ട് സങ്കടം പറയാം. ചേട്ടൻ ആ കുറു ക്കനെ ഒരു പാഠം പഠിപ്പിച്ചോളും."

കോഴികളിൽ ഒരാൾ അഭിപ്രായപ്പെട്ടു. എല്ലാവർക്കും അത് സമ്മത മായി. അങ്ങനെ കോഴികൾ കരടിച്ചേട്ടന്റെ അരികിലെത്തി.

"ആ കുറുക്കനെക്കൊണ്ട് ഞങ്ങൾക്കൊരു രക്ഷയുമില്ല ചേട്ടാ.. അവൻ ഞങ്ങളെ ഓരോരുത്തരെയായി കൊന്നു തിന്നുകയാണ്. ഇതി ങ്ങനെ തുടർന്നാൽ കോഴിവംശം തന്നെ ഇല്ലാതായിപ്പോകും. ഞങ്ങളുടെ ഈ സങ്കടത്തിന് ചേട്ടൻ തന്നെ ഒരു പരിഹാരം ഉണ്ടാക്കിത്തരണം.

കോഴികൾ ഒന്നടങ്കം സങ്കടം ബോധിപ്പിച്ചു. അതുകേട്ടപ്പോൾ കരടി ച്ചേട്ടൻ പറഞ്ഞു.

"ഓഹോ, അങ്ങനെയാണെങ്കിൽ ആ കുറുക്കനെ ഈ കാട്ടിൽ നിന്നും ഓടിക്കാം. നിങ്ങൾ വിഷമിക്കേണ്ട ധൈര്യമായി പൊയ്ക്കോളൂ. അവന്റെ ശല്യം ഇനിയൊരിക്കലുമുണ്ടാവില്ല."

അതുകേട്ടപ്പോൾ കോഴികൾക്ക് സന്തോഷമായി. കരടിച്ചേട്ടന് നന്ദി പറഞ്ഞ് അവർ പോയി.

പക്ഷേ ഈ വിവരം നമ്മുടെ കുറുക്കൻ എങ്ങനെയോ അറിഞ്ഞു അവനെന്തു ചെയ്തെന്നോ? താൻ തിന്നു തീർത്ത കോഴികളുടെ തൂവ ലുകൾകൊണ്ട് ഒരു മെത്തയുണ്ടാക്കി അവൻ കരടിച്ചേട്ടന്റെ വീട്ടിലെ ത്തി. തൂവൽ മെത്ത കരടിച്ചേട്ടന് നൽകിക്കൊണ്ട് കുറുക്കൻ പറഞ്ഞു.

"ഇത് ഞാൻ കരടിച്ചേട്ടനു വേണ്ടി പ്രത്യേകം തയ്യാറാക്കിയതാണ്. ചേട്ടൻ ഇനിയൊരിക്കലും കല്ലിലും മണ്ണിലും കിടന്ന് കഷ്ടപ്പെടേണ്ടതില്ല. നല്ല ഒന്നാന്തരം തൂവൽക്കിടക്കയാണിത്. ഇതിലൊന്നു കിടക്കുമ്പോ ഴേക്കും ചേട്ടൻ ഉറങ്ങിപ്പോകും.. എനിക്ക് ചേട്ടനെ എന്തിഷ്ടമാണെന്നോ! പക്ഷേ അതൊന്നും ആ വിഡ്ഢിക്കോഴികൾക്കറിയില്ലല്ലോ..."

സാമർഥ്യക്കാരനായ കുറുക്കന്റെ പഞ്ചാരവാക്കുകളിൽ പാവം കര ടിച്ചേട്ടൻ വീണുപോയി. അവൻ ഓടിച്ചില്ലെന്നു മാത്രമല്ല ആ കൗശല ക്കാരനെ തന്റെ കൂട്ടുകാരനാക്കുകയും ചെയ്തു.

അതോടെ കോഴികളുടെ കഷ്ടകാലം പിന്നെയും തുടങ്ങി. ഇനിയി പ്പോൾ ആരോടാണ് സങ്കടം പറയുക? അവർ വീണ്ടും ആലോചിച്ചു.

"നമുക്കൊരു കാര്യം ചെയ്യാം. ചെന്നായ് ചേട്ടന്റെ അടുത്തുചെന്ന്

വിവരമെല്ലാം പറയാം. ചേട്ടൻ നമ്മളെ സഹായിക്കാതിരിക്കില്ല. അങ്ങനെ ചെന്നായച്ചേട്ടന്റെ അടുത്തെത്തി കാര്യമെല്ലാം പറഞ്ഞു. കുറുക്കൻ തങ്ങളെ തിന്നുതീർക്കുന്നതിനു മുൻപ് അവനെ പടികൂടണമെന്ന് കോഴികൾ എല്ലാവരും കൂടി ചെന്നായച്ചേട്ടനോട് അപേക്ഷിച്ചു.

"ഹും! ആ കുറുക്കൻ അത്രയ്ക്കായോ. അവനെ ഞാൻ ശരിപ്പെടുത്തുന്നുണ്ട്. നിങ്ങൾ ധൈര്യമായി പൊയ്ക്കോളൂ. ഇനി അവൻ നിങ്ങളെ ശല്യം ചെയ്യില്ല..."

ചെന്നായച്ചേട്ടൻ കോഴികൾക്ക് ഉറപ്പു നൽകി. അവർ അതുകേട്ട് സന്തോഷത്തോടെ തിരിച്ചുപോയി.

എന്നാൽ കുറുക്കൻ ഈ സംഗതിയും എങ്ങനെയോ അറിഞ്ഞു. അവൻ വീണ്ടും കോഴിത്തൂവൽ കൊണ്ട് ഒരു മെത്തയുണ്ടാക്കി. എന്നിട്ട് അതുമായി ചെന്നായച്ചേട്ടന്റെ അടുത്തേക്കു ചെന്നു.

"ചേട്ടന് ഞാൻ എന്താണ് കൊണ്ടുവന്നിരിക്കുന്നതെന്ന് കണ്ടോ? ഒന്നാന്തരമൊരു തൂവൽ കിടക്ക. ചേട്ടൻ ഇനി കല്ലിലും മണ്ണിലുമൊന്നും കിടക്കേണ്ട. ഈ മെത്തയിൽ കിടന്നാൽ മതി. എനിക്ക് ചേട്ടനെ എന്തൊരിഷ്ടമാണെന്നോ... പക്ഷേ ആ വിഡ്ഢിക്കോഴികൾക്ക് ഇതെന്തെങ്കിലും അറിയുമോ?"

എന്തിനു പറയുന്നു, കുറുക്കന്റെ പുകഴ്ത്തലിൽ ചെന്നായച്ചേട്ടനും വീണുപോയി. പിറ്റേന്ന് ചെന്നായച്ചേട്ടനെ കാണാനെത്തിയ കോഴികളോട് അരിശത്തോടെ അവൻ പറഞ്ഞു.

"ഹും.. ഒരു പാവം കുറുക്കനെപ്പറ്റിയാണോ നിങ്ങൾ ഇങ്ങനെയൊക്കെ പറയുന്നത്? ഇനി ഇത്തരം കള്ളപ്പരാതിയുമായി ഈ വഴിക്ക് വന്നുപോകരുത്. വന്നാൽ നിങ്ങളെ പിടിച്ചു തിന്നുന്നത് ഞാനായിരിക്കും. വേഗം സ്ഥലം കാലിയാക്കാൻ നോക്ക്..."

പാവം കോഴികൾ. ചെന്നായച്ചേട്ടന്റെ ആക്രോശം കേട്ട് പേടിച്ചു വിറച്ചുപോയ അവർ പിന്നീട് ആ വഴിപോയതേയില്ല. ഇനിയെന്തുചെയ്യും? അവർ വീണ്ടും കൂടിയിരുന്നാലോചിക്കാൻ തുടങ്ങി. ചെന്നായച്ചേട്ടനും കൈവിട്ട സ്ഥിതിക്ക് ഇനി ആരോടാണ് സങ്കടം പറയുക?

അപ്പോഴാണ് അവരിലൊരാൾ ഇങ്ങനെ അഭിപ്രായപ്പെട്ടത്.

"നമുക്ക് നായച്ചേട്ടനെ കണ്ട് കാര്യമെല്ലാം പറഞ്ഞാലോ.. ചേട്ടൻ നമ്മെ സഹായിക്കുമെന്നാണ് എനിക്ക് തോന്നുന്നത്.."

അങ്ങനെ കോഴികളെല്ലാം നായച്ചേട്ടന്റെ അടുത്തെത്തി സങ്കടമുണർത്തിച്ചു. കരടിച്ചേട്ടനും ചെന്നായച്ചേട്ടനും തങ്ങളെ സഹായിക്കാമെന്നു പറഞ്ഞ് പറ്റിച്ചകാര്യവും അവർ നായച്ചേട്ടനോട് പറഞ്ഞു.

എല്ലാം കേട്ട നായച്ചേട്ടൻ കോഴികളെ സമാധാനിപ്പിച്ചു. കുറുക്കന്റെ കാര്യം താൻ നോക്കിക്കോളാമെന്നും ഇനി അവനെക്കുറിച്ചോർത്ത് ഭയപ്പെടേണ്ടതില്ലെന്നും അവൻ കോഴികൾക്ക് ഉറപ്പുനൽകി. അതുകേട്ട് കോഴികൾ സന്തോഷത്തോടെ അവിടെ നിന്നുംപോയി.

ഈ കാര്യവും ആ കുറുക്കൻ എങ്ങനെയോ അറിഞ്ഞു. "നായച്ചേട്ട നേയും വശത്താക്കണം. എന്നാൽ പിന്നെ ആരേയും പേടിക്കാതെ ഇഷ്ടം പോലെ കോഴികളെ തിന്നാം." അവൻ വിചാരിച്ചു.

അങ്ങനെ കുറുക്കൻ വീണ്ടും കോഴിത്തൂവൽ കൊണ്ട് ഒരു മെത്തയുണ്ടാക്കി. എന്നിട്ട് അതുമെടുത്ത് അവൻ നായച്ചേട്ടന്റെ മുന്നി ലെത്തി.

"ചേട്ടാ; ഞാനിതാ ചേട്ടനൊരു ഉഗ്രൻ തൂവൽക്കിടക്ക കൊണ്ടുവ ന്നിരിക്കുന്നു. ചേട്ടൻ ഇനി നിലത്തൊന്നും കിടക്കേണ്ട കേട്ടോ... ഈ മെത്തയിൽ കിടന്നാൽ മതി... ഞാനിത് ചേട്ടനു വേണ്ടി പ്രത്യേകം ഉണ്ടാ ക്കിയതാ.."

നായച്ചേട്ടൻ തൂവൽക്കിടക്കയെടുത്ത് ദൂരേയ്ക്ക് ഒരേറുകൊടുത്തു. എന്നിട്ട് മുരണ്ടുകൊണ്ട് കുറുക്കന്റെ നേരെ ചാടി. പേടിച്ചുവിറച്ചു നിൽക്കുന്ന കുറുക്കന്റെ കഴുത്തിന് കുത്തിപ്പിടിച്ചുകൊണ്ട് നായച്ചേട്ടൻ ഇങ്ങനെ അലറി.

"ഹും.. തെമ്മാടീ.. നിന്റെ പഞ്ചാരവാക്കു കേട്ട് ഞാൻ മയങ്ങിപ്പോ കുമെന്നാണോ നീ കരുതിയത്. ഇനി നിന്നെ ഇവിടെയെങ്ങും കണ്ടു പോകരുത്. കണ്ടാൽ ഒറ്റക്കടിക്ക് ഞാൻ നിന്റെ കഥ കഴിക്കും... തിരിഞ്ഞു നോക്കാതെ ഓടെടാ...!!

തന്റെ അടവുകളൊന്നും നായച്ചേട്ടന്റെ മുന്നിൽ വിലപ്പോവില്ലെന്ന് കുറുക്കന് മനസിലായി. "ഇനി ഇവിടെ നിന്നാൽ തടികേടായതു തന്നെ... ഓടി രക്ഷപ്പെടാം.." അവൻ വാലും ചുരുട്ടി ഓടടാ ഓട്ടം...!

കുറുക്കന്മാർ നായ്ക്കളുടെ കൺവെട്ടത്തു വരാതായത് അന്നു മുത ലാണത്രേ.

35
വിശ്വാസവഞ്ചന

അറുപിശുക്കനും അത്യാഗ്രഹിയുമായ കച്ചവടക്കാരനായിരുന്നു മിഖായേൽ. ഒരിക്കൽ അയാൾ അയൽ ഗ്രാമത്തിലുള്ള തന്റെ സ്നേഹി തന്റെ വീട്ടിലെ വിരുന്നിൽ പങ്കെടുത്തു മടങ്ങുകയായിരുന്നു. അയാൾ നന്നായി മദ്യപിച്ചിട്ടുണ്ടായിരുന്നു. കുതിരപ്പുറത്ത് അങ്ങോട്ടുമിങ്ങോട്ടും ആടിയിരുന്നുകൊണ്ടായിരുന്നു വരവ്. ഒരു കാട്ടുപാതയിലൂടെയായിരുന്നു യാത്ര. കുറേദൂരം കഴിഞ്ഞപ്പോൾ മിഖായേലിന് കുതിരപ്പുറത്ത് ഇരിക്കാൻ വയ്യാതെയായി. അയാളുടെ കൈയിൽ നിന്ന് കടിഞ്ഞാൺ വീണുപോ യി. അതോടെ കുതിരപ്പുറത്തുനിന്നും അയാൾ താഴെ വീണു. കഷ്ടം! ആഴമുള്ള വലിയ ഒരു കുഴിയിലേക്കാണ് അയാൾ വീണത്.

തട്ടിപ്പിടഞ്ഞ് എഴുന്നേറ്റിരുന്ന മിഖായേൽ ചുറ്റും നോക്കി. പക്ഷേ എന്തു കാണാൻ. കുഴിക്കുള്ളിൽ നല്ല ഇരുട്ടായിരുന്നു. പെട്ടെന്ന് തനിക്കു ചുറ്റും മുരൾച്ചയും സീൽക്കാരവുമുയരുന്നത് അയാൾ കേട്ടു. അയാൾ പേടിച്ചു കരയാൻ തുടങ്ങി.

ഈ സമയത്താണ് ഇവാൻ എന്നു പേരായ പാവപ്പെട്ട ഒരു ഗ്രാമീ ണൻ അതുവഴി പോയത്. അയാൾ മിഖായേലിന്റെ കരച്ചിൽ കേട്ടു. "ആരോ കുഴിയിൽ വീണിട്ടുണ്ട്. അയാളെ എങ്ങനെയെങ്കിലും രക്ഷപ്പെ ടുത്തണം." ഇവാൻ വിചാരിച്ചു. ദൂരെയായി വലിയ ഒരു മുളവടി കിടക്കു ന്നത് അയാൾ കണ്ടു. ഇവാൻ വേഗം അതെടുത്തുകൊണ്ടുവന്ന് കുഴിയി ലേക്കിറക്കി വെച്ചു. എന്നിട്ട് കുഴിയിലേക്ക് നോക്കി ഉറക്കെ വിളിച്ചു പറ ഞ്ഞു.

"വേഗം ഈ വടിയിൽ പിടിച്ച് മുകളിലേക്ക് കയറിക്കോളൂ."

എന്നാൽ കുഴിയിൽ നിന്നും കയറി വന്നത് മനുഷ്യനായിരുന്നില്ല; ഒരു കുറുക്കനായിരുന്നു.

"ങ്ങേ; മനുഷ്യശബ്ദമുള്ള കുറുക്കനോ.... ഇത് വല്ല ഭൂതമോ പിശാചോ ആയിരിക്കും. ഇനി ഇവിടെ നിന്നാൽ അത് എന്നെയെന്തെങ്കിലും ചെയ്തെന്നു വരും. ഓടി രക്ഷപ്പെട്ടേക്കാം..."

ഇവാൻ അവിടെ നിന്ന് ഓടാൻ തുടങ്ങുകയായിരുന്നു. അപ്പോഴതാ കുഴിയിൽ നിന്നും വീണ്ടും കരച്ചിലുയരുന്നു.. "അയ്യോ എന്നെ രക്ഷിക്ക ണേ... ഞാനൊരു കച്ചവടക്കാരനാണേ... എന്നെ രക്ഷിച്ചാൽ ഞാൻ നിങ്ങൾക്ക് ധാരാളം പണം നൽകാം.... സത്യമായിട്ടും നൽകാം...."

ഇവാൻ വീണ്ടും അമ്പരന്നു.

"അപ്പോൾ കുഴിയിൽ ഇപ്പോഴും ആളുണ്ടോ? അയാളെ രക്ഷിച്ചാൽ ധാരാളം പണം നൽകാമെന്നല്ലേ പറയുന്നത്. കുറച്ചുപണം കിട്ടിയാൽ മകളുടെ വിവാഹം നടത്താമായിരുന്നു...."

ഇവാൻ വീണ്ടും കുഴിയുടെ അടുത്തേക്കു നടന്നു. എന്നിട്ട് മുളവടി കുഴിയിലേക്കിറക്കിവെച്ചുകൊണ്ട് ഇങ്ങനെ വിളിച്ചു പറഞ്ഞു.

"ഈ വടിയിൽ പിടിച്ചുകൊണ്ട് വേഗം മുകളിലേക്ക് കയറിക്കോ ള്ളൂ..."

പക്ഷേ, അപ്പോഴും കുഴിയിൽ നിന്നും കയറി വന്നത് മനുഷ്യനായി രുന്നില്ല. പകരം ഒരു കരടിയായിരുന്നു....

അതുകണ്ടപ്പോൾ ഇവാൻ പേടിച്ചു വിറച്ചു. "സംശയമില്ല. ഇത് പിശാ ചിന്റെ പണി തന്നെ. വേഗം രക്ഷപ്പെടാം...."

ഇവാൻ പോകാനൊരുങ്ങുമ്പോൾ അതാ കുഴിയിൽ നിന്നും വീണ്ടും മനുഷ്യശബ്ദം!

"എന്നെ രക്ഷിക്കണേ; ഞാനെന്റെ സമ്പാദ്യം മുഴുവനും താങ്കൾക്ക് നൽകാം. എനിക്ക് ഈ കുഴിയിൽ നിന്നും ഒന്നു കരയ്ക്ക് കയറിയാൽ മാത്രം മതി. സുഹൃത്തേ, എന്നെ രക്ഷിക്കൂ..."

ഇവാൻ സംശയിച്ചു നിന്നു. പിന്നെ മടിച്ചുമടിച്ചു കുഴിയുടെ അടു ത്തേക്കു ചെന്നു. പഴയതുപോലെ അയാൾ മുളവടി കുഴിയിലേക്കിറക്കി വെച്ചു. പക്ഷേ അപ്പോൾ കുഴിയിൽ നിന്നും കയറിവന്നത് ഭയങ്കരനായ ഒരു സർപ്പമായിരുന്നു.

"വേണ്ട.... വേണ്ട..... ഇനിയും എന്നെ പറ്റിക്കാമെന്ന് വിചാരിക്കേ ണ്ട....."

അങ്ങനെ പറഞ്ഞ് ഇവാൻ വീണ്ടും ഓടാൻ തുനിഞ്ഞു. അപ്പോഴ താ കുഴിയിൽ നിന്നും വീണ്ടും കരച്ചിലും അപേക്ഷയും....

"അയ്യോ എന്നെ രക്ഷിക്കണേ... മിഖായേൽ എന്ന കച്ചവടക്കാര നാണ് ഞാൻ... ഞാൻ വലിയ പണക്കാരനാണ്. എന്നെ രക്ഷിച്ചാൽ ഞാനെന്റെ സമ്പാദ്യമെല്ലാം താങ്കൾക്കു തരാം....."

ഇവാന് വീണ്ടും സംശയമായി. കുറച്ചുനേരം മടിച്ചു നിന്നതിനു ശേഷം അയാൾ വീണ്ടും കുഴിയുടെ അരികിലേക്കു നടന്നു. മുളവടി കുഴിയിലേക്കിറക്കി വെച്ചുകൊണ്ട് അയാൾ വിളിച്ചു പറഞ്ഞു.

"ഇതാ, ഈ വടിയിൽ പിടിച്ചുകൊണ്ട് മുകളിലേക്ക് കയറിപ്പോരൂ.."

അൽപ്പസമയത്തിനുള്ളിൽ മിഖായേൽ മുളവടിയിൽ പിടിച്ചുകൊണ്ട് കുഴിയിൽ നിന്നും കയറിവന്നു. പക്ഷേ അയാളെന്താണു ചെയ്തതെന്നോ? തന്നെ രക്ഷിച്ച ഇവാനെ ഒന്നു നോക്കുകപോലും ചെയ്യാതെ ദുഷ്ടനായ ആ മനുഷ്യൻ പൊയ്ക്കളഞ്ഞു. പാവം ഇവാൻ. അയാളാകെ നിരാശനായി. കുറച്ചുപണം കിട്ടിയിരുന്നെങ്കിൽ മകളുടെ വിവാഹം നടത്താമായിരുന്നു. പക്ഷേ ആ മനുഷ്യൻ തന്നെ ഒന്ന് നോക്കുകപോലും ചെയ്യാതെ കടന്നുകളഞ്ഞല്ലോ...

ദുഃഖിതനായി ഇവാൻ വീട്ടിലേക്കു തിരിച്ചു. പക്ഷേ വീട്ടിൽ കണ്ട കാഴ്ച അയാളെ ആഹ്ലാദിപ്പിക്കുന്നതായിരുന്നു. മുറ്റം നിറയെ അതാ പല തരത്തിലും വലിപ്പത്തിലുമുള്ള കോഴികൾ! വീട്ടുപടിക്കൽ അയാളെ കാത്തുനിൽക്കുന്നു കുറച്ചുമുമ്പ് അയാൾ രക്ഷപ്പെടുത്തിയ കുറുക്കൻ. അവൻ അയാളോട് ഇങ്ങനെ പറഞ്ഞു.

"സ്നേഹിതാ, ഈ കോഴികളെല്ലാം താങ്കൾക്കുള്ളതാണ്. കുഴിയിൽ നിന്നും എന്നെ രക്ഷപ്പെടുത്തിയതിനുള്ള സമ്മാനം. ഇവയെ വളർത്തി സുഖമായി ജീവിച്ചുകൊള്ളൂ...."

ഇവാൻ സന്തോഷത്തോടെ വീട്ടിലേക്കു കയറിച്ചെന്നു. അപ്പോൾ എന്താണു കണ്ടതെന്നോ? വരാന്തയിലതാ അനേകം വിറകുകൾ കുന്നു കൂട്ടിയിട്ടിരിക്കുന്നു! താൻ രക്ഷപ്പെടുത്തിയ കരടിയും അതിനടുത്തു തന്നെ നിൽക്കുന്നുണ്ട്. അത് അയാളോടു പറഞ്ഞു.

"സ്നേഹിതാ, താങ്കൾ എന്നെ വലിയ ഒരാപത്തിൽ നിന്നുമാണ് രക്ഷിച്ചത്. അതിനുള്ള സമ്മാനമാണിത്. ഇനി വിറകിനു വേണ്ടി താങ്കൾ ഒരിക്കലും കാട്ടിൽ പോകേണ്ടതില്ല. താങ്കൾക്കാവശ്യമുള്ള വിറക് ഞാനെത്തിച്ചു തരുന്നതായിരിക്കും."

ആ സമയത്ത് ഇവാൻ രക്ഷിച്ച സർപ്പവും അവിടെ ഇഴഞ്ഞെത്തി. പത്തിവിരിച്ച് തലയുയർത്തി നിന്നുകൊണ്ട് അതയാളോടു പറഞ്ഞു.

"സ്നേഹിതാ.... ആ വലിയ കുഴിയിൽ നിന്നും ഒരിക്കലും രക്ഷപ്പെ ടാനാവില്ലെന്നു കരുതിയതാണ് ഞാൻ. അപ്പോഴാണ് താങ്കൾ വന്ന് എന്നെ രക്ഷിച്ചത്. അതിനുള്ള പ്രതിഫലമായി ഇത് സ്വീകരിച്ചാലും."

സർപ്പം അമൂല്യമായ ഒരു രത്നം ഇവാന് സമ്മാനിച്ചു. അപൂർവ ഇനത്തിൽപ്പെട്ട ഒരു രത്നമായിരുന്നു അത്.

ഇവാന് അത്യധികം സന്തോഷമായി. ഇനി ആരുടേയും സഹായമി ല്ലാതെ മകളുടെ വിവാഹം നടത്താമെന്ന് അയാൾ വിചാരിച്ചു. വൈകാതെ അയാൾ ആ രത്നം ചന്തയിലെ ആഭരണശാലയിലേക്ക് കൊണ്ടുപോ യി. രത്നം സ്വീകരിച്ച് അതിനുള്ള പണം നൽകാൻ അയാൾ കച്ചവട ക്കാരനോട് അപേക്ഷിച്ചു.

രത്നം വാങ്ങി പരിശോധിച്ച കച്ചവടക്കാരൻ ആശ്ചര്യഭരിതനായി. "ങ്ങേ; അത്യപൂർവമായ ഈ രത്നം ഈ സാധാരണ ഗ്രാമീണന്റെ കൈയി ലെങ്ങനെ വന്നു? ഇയാൾ ഇത് എവിടെനിന്നെങ്കിലും മോഷ്ടിച്ചതായിരി

ക്കും. ഇയാളെ വെറുതെ വിടാൻ പറ്റില്ല. വേഗം ന്യായാധിപന്റെ മുന്നിൽ ഹാജരാക്കാം."

പിന്നെ താമസിച്ചില്ല, കച്ചവടക്കാരനും കൂട്ടരും കൂടി പാവം ഇവാനെ ന്യായാധിപന്റെ മുന്നിൽ ഹാജരാക്കി.

"ഈ രത്നം നിങ്ങൾ എവിടെ നിന്നാണ് മോഷ്ടിച്ചത്?"
ന്യായാധിപൻ തിരക്കി.

"അങ്ങുന്നേ ഞാനിത് മോഷ്ടിച്ചതല്ല. ഒരു സർപ്പത്തെ വലിയ ഒരു കുഴിയിൽ നിന്നും രക്ഷിച്ചതിനു കിട്ടിയ സമ്മാനമാണിത്. ആ കുഴിയിൽ ഒരു സർപ്പവും ഒരു കുറുക്കനും ഒരു കരടിയുമുണ്ടായിരുന്നു. പിന്നെ ഒരു മനുഷ്യനും. എല്ലാവരെയും ഞാൻ രക്ഷിച്ചു. കുറുക്കനും കരടിയും സർപ്പവും എനിക്കതിന് സമ്മാനം നൽകി. ആ മനുഷ്യൻ മാത്രം ഒന്നും നൽകിയില്ല."

ഇവാൻ നടന്ന കാര്യങ്ങളെല്ലാം വിശദീകരിച്ചു. പക്ഷേ, അത് കേട്ടിട്ട് ന്യായാധിപന് വിശ്വാസം വന്നില്ല. അദ്ദേഹം ചോദിച്ചു.

"നിങ്ങൾ പറഞ്ഞ കാര്യങ്ങളെല്ലാം സത്യമാണെന്ന് നിങ്ങൾക്ക് തെളി യിക്കാമോ?"

"അങ്ങുന്നേ, ഞാൻ കുഴിയിൽ നിന്നും രക്ഷിച്ച ആ മനുഷ്യന്റെ പേർ മിഖായേൽ എന്നാണ്. ഈ നാട്ടിലെ ഏറ്റവും വലിയ പണക്കാര നാണ് അയാൾ. അയാളെ ഇവിടെ വിളിച്ചു വരുത്തി ചോദിച്ചാൽ അങ്ങേയ്ക്ക് സത്യമറിയാം." അതിനെത്തുടർന്ന് മിഖായേലിനെ കോട തിയിൽ ഹാജരാക്കി.

"ഈ മനുഷ്യൻ പറയുന്നത് ഇയാൾ താങ്കളേയും ഒപ്പം ഒരു കുറു ക്കനേയും കരടിയേയും സർപ്പത്തേയും വലിയ ഒരു കുഴിയിൽ നിന്നും രക്ഷിച്ചുവെന്നാണ്. അതിൽ എന്തെങ്കിലും സത്യമുണ്ടോ?" ന്യായാധി പൻ മിഖായേലിനോടു ചോദിച്ചു.

"സത്യം പറഞ്ഞാൽ ഞാൻ ഇയാൾക്ക് കൊടുക്കാമെന്നേറ്റ പണം കൊടുക്കേണ്ടി വരും." മിഖായേൽ വിചാരിച്ചു. അതിനാൽ അയാൾ പറ ഞ്ഞതിതായിരുന്നു.

"ഞാനൊരു കുഴിയിലും വീണിട്ടില്ല. എനിക്ക് ഇയാളെ അറിയുക പോലുമില്ല..."

"അയ്യോ, ഇങ്ങനെ കള്ളം പറയരുതേ.... കുഴിയിൽ നിന്നും രക്ഷ പ്പെടുത്തിയാൽ താങ്കളുടെ സമ്പാദ്യമെല്ലാം എനിക്കുതരാമെന്ന് താങ്കൾ പറഞ്ഞിരുന്നില്ലേ.."

ഇവാൻ ചോദിച്ചു. പക്ഷേ അതൊന്നും സമ്മതിച്ചുകൊടുക്കാൻ മിഖാ യേൽ തയാറല്ലായിരുന്നു. അയാൾ തറപ്പിച്ചു പറഞ്ഞു.

"ഇയാൾ കള്ളം പറയുകയാണ് അങ്ങുന്നേ... ഞാൻ ഇയാളെ കാണു ന്നതു തന്നെ ആദ്യമായിട്ടാണ്."

പെട്ടെന്നാണ് പുറത്തുനിന്നും ഒരു ബഹളം കേട്ടത്. എല്ലാവരും അപ്പോൾ ആകാംക്ഷയോടെ പുറത്തേക്കു നോക്കി. അവരെന്താണു കണ്ട

തെന്നോ? ഇവാൻ രക്ഷിച്ച കുറുക്കനും കരടിയും സർപ്പവും കോടതിയി ലേക്ക് ഓടിവരുന്നു! ന്യായാധിപന്റെ മുന്നിലെത്തിയ അവ ഒരേ സ്വര ത്തിൽ പറഞ്ഞു.

"ഇവാൻ പറഞ്ഞതെല്ലാം സത്യമാണ്. ഞങ്ങളോടൊപ്പം മിഖാ യേലും കുഴിയിലുണ്ടായിരുന്നു. ഇവാനാണ് ഞങ്ങൾ നാലുപേരേയും രക്ഷിച്ചത് തന്നെ രക്ഷിച്ചാൽ തന്റെ സമ്പാദ്യമെല്ലാം ഇവാനു നൽകാ മെന്ന് മിഖായേൽ വാഗ്ദാനം ചെയ്തതാണ്. പക്ഷേ, രക്ഷപ്പെട്ടപ്പോൾ ഇയാൾ വാക്ക് പാലിച്ചില്ല. ഞങ്ങൾക്കു കഴിയാവുന്ന രീതിയിൽ ഞങ്ങൾ ഇവാനെ സഹായിച്ചു. പക്ഷേ നന്ദിയില്ലാത്ത ഈ മനുഷ്യൻ ഇവാനെ തിരിഞ്ഞുനോക്കിയില്ല. ഇപ്പോഴിതാ കള്ളം പറഞ്ഞ് ആ സാധുമനുഷ്യനെ അപകടത്തിലാക്കാനും ഇയാൾ ശ്രമിക്കുന്നു....."

ന്യായാധിപന് എല്ലാം മനസിലായി. അദ്ദേഹം ഇവാനെ മോചിപ്പിച്ചു. മാത്രമല്ല, വിശ്വാസവഞ്ചന കാട്ടിയ മിഖായേലിന് തക്ക ശിക്ഷ നൽകു കയും ചെയ്തു.